AF766039

ജോസ് പാഴൂക്കാരൻ

ജനനം 1968-ൽ കോട്ടയം ജില്ലയിലെ ഏറ്റുമാനൂർ, കട്ടച്ചിറയിൽ.

1972-ൽ വയനാട് ജില്ലയിലെ പുൽപ്പള്ളിയിലേക്ക് കുടിയേറ്റം. ഇംഗ്ലീഷ് സാഹിത്യത്തിൽ ബിരുദാനന്തര ബിരുദം ഇപ്പോൾ ഇംഗ്ലീഷ് അദ്ധ്യാപകനായി ജോലിചെയ്യുന്നു. കൃതികൾ, ചാവുകര, ഈരയുടെ പ്രസവം ഒരു ലൈവ് ഷോ, പൂച്ച ഇരപിടിക്കുന്നതെങ്ങനെ (കഥകൾ) ദൈവത്തിന്റെ നാട്, ഭാര്യ പാതി ഭർത്താവ് പാതി (തിരക്കഥകൾ) അരിവാൾ ജീവിതം, ബുദ്ധൻ ചിരിക്കുന്നില്ല (നോവലുകൾ) SICKLE LIFE ഇംഗ്ളീഷ് നോവൽ. ചാവുകരക്ക് ശ്രീലതടീച്ചർ പുരസ്കാരവും, അരിവാൾ ജീവിതത്തിന് 2010-ലെ കേരളഭാഷാ ഇൻസ്റ്റിസ്റ്റ്യൂട്ട് പുരസ്കാരവും, കാസർഗോഡ് തുളുനാട് പുരസ്കാരവും ലഭിച്ചു. കൂടാതെ ഒ.വി. വിജയൻ പുരസ്കാരം, പൊൻകുന്നം വർക്കി കഥാ അവാർഡ്, ഛത്തീസ്ഗഡ്-സമഷ്ടിപുരസ്കാരം (2012) മികച്ച ലേഖനത്തിന്. 2018-ലെ പൂർണ-ഉറൂബ് നോവൽ അവാർഡ് (ബുദ്ധൻ ചിരിക്കുന്നില്ല) എന്നിവയും ലഭിച്ചു. ഇപ്പോൾ ഇംഗ്ലീഷിലും മലയാളത്തിലും എഴുതുന്നു. ട്രാൻസ്ളേഷൻ ജോലികളും ചെയ്യുന്നു.

വിലാസം: പാടിച്ചിറ പി.ഒ,പുൽപ്പള്ളി-673579. വയനാട്.

ഫോൺ. 09495532101

email: pazhukaran@gmail.com

Malayalam Language
Kappimooppante Kadanubhavangal
(Anubhavakurippukal)
by
Jose Pazhukkaran

♦

Published in October 2022
by Kairali Books Private Limited
Thalikkavu Road, Kannur.
Ph : 0497-2761200
E-Mail : kairalibooksknr@gmail.com

♦

Cover Design
Prasanth Mangad

Price ₹ : 220.00

72/22-23/Sl.No.1380/100/NS 18.6
ISBN 978-93-94472-30-3

കാപ്പിമൂപ്പന്റെ കാടനുഭവങ്ങൾ

ജോസ് പാഴൂക്കാരൻ

കൈരളി ബുക്സ്

ജീവിതം

കൃത്യമായി ജനിച്ച വർഷവും,തിയ്യതിയുമൊന്നും മൂപ്പന് ഓർമ്മയില്ല. തൊണ്ണൂറ് വയസ്സുണ്ടെന്ന് പറയുന്ന മൂപ്പൻ 1920-ൽ ജനിച്ചു എന്നു കരുതുന്നു. അച്ഛന്റെ പേര് തോടൻ, അമ്മ മാണി. ഏഴാം വയസ്സിൽ പൊന്നംമേസ്തിരിയുടെ വീട്ടിൽ കെട്ടിയുണ്ടാക്കിയ ചാലുപുരയിൽ മൂന്നു വർഷം മൂപ്പൻ പഠിച്ചതായി ഓർമ്മിക്കുന്നു. അന്ന് സ്വാതന്ത്ര്യ സമര ത്തിന്റെ അലയൊലികളൊന്നും പാക്കത്തേക്ക് വന്നതായി മൂപ്പന് അനു ഭവപ്പെട്ടില്ല. ചെറുപ്പത്തിലെ വനപാലകരുടെ നിർദ്ദേശപ്രകാരം കാടിന് ജണ്ടകെട്ടായിരുന്നു മൂപ്പന് ജോലി. ഒരു ദിവസംകല്ല് ചുമന്നുകൊണ്ടു വന്ന് കൊടുത്താൽ നാലണ കൂലി. ഇരുപത്തഞ്ചാം വയസ്സിലായിരുന്നു മൂപ്പന്റെ ആദ്യ വിവാഹം. ഭാര്യ ദേവകി നാലുമക്കളെ പെറ്റെങ്കിലും, അവ രൊക്കെ മരിച്ചുപോയി. ദേവകി മരിച്ചതിന് ശേഷമാണ് മാധവിയെ കെട്ടി യത്. അതിൽ ഏഴുപെൺമക്കൾ. പുഷ്പ, ജാനു, ദേവകി, ശാന്ത, മാളു, വസന്ത, പത്മിനി ഇന്നവരെല്ലാം വയനാടിന്റെ വിവിധ ഭാഗങ്ങളിൽ കുടും ബിനികളായി താമസിക്കുന്നു.

കാപ്പിമൂപ്പന് പ്രണാമം

ഒരുപാടൊരുപാട് കാടിന്റെ ഓർമ്മകളും,
കുറുമ ആദിവാസി ജനതയുടെ ആചാരാനുഷ്ഠാനങ്ങളും
വായനക്കാരനിലേക്ക് പകർന്ന കാപ്പിമൂപ്പന്റെ ഓർമ്മക്ക് മുമ്പിൽ
ഈ പുസ്തകം സമർപ്പിക്കുന്നു.

ജോസ് പാഴൂക്കാരനും കാപ്പിമൂപ്പനും

ഇതു ഞങ്ങൾക്കറിയാം ഭൂമി മനുഷ്യന്റേതല്ല, മനുഷ്യൻ ഭൂമിയുടേതാണ്. ഒരു കുടുംബത്തെ നന്നാക്കുന്ന രക്തത്തെപ്പോലെ എല്ലാം നമ്മിൽ ബന്ധിക്കപ്പെട്ടവയാണ്. ഭൂമിക്ക് സംഭവിക്കുന്നതെല്ലാം ഭൂമിയുടെ മക്കൾക്കും സംഭവിക്കും. ജീവന്റെ വലനെയ്തത് മനുഷ്യനല്ല. അവനതിൽ ഒരിഴ മാത്രമാണ്. ആ ഇഴയോട് അവൻ ചെയ്യുന്നതെല്ലാം അവൻ തന്നോടു തന്നെയാണ് ചെയ്യുന്നത്.

സിയാറ്റിൻ മൂപ്പൻ
വാഷിംഗ്ടൺ -1857

നന്ദി

കോളനിയിലേക്കുള്ള നിരവധി യാത്രകളിൽ മൂപ്പനോടൊപ്പം ഇരുന്ന് കൂടുതൽ വിവരങ്ങൾ വ്യക്തമാക്കിത്തരുകയും, പാക്കത്തിനു ചുറ്റുമുള്ള പ്രദേശങ്ങൾ പരിചയപ്പെടുത്തിത്തരുകയും ചെയ്ത ശ്രീ: ടി. എസ്. സുബ്രമണ്യനും, ശ്രീ: ടി. ആർ. സുരേന്ദ്രനും. പുതിയ പതിപ്പിലേക്ക് വേണ്ട മാർഗ്ഗനിർദ്ദേശങ്ങളും തിരുത്തലുകളും തന്ന അപ്പാട് ശ്രീ കാർവർണനും, ശ്രീ രാഘവനും... ശ്രീ രാമചന്ദ്രൻ കണ്ടാമലക്കും... പിന്നെ കാപ്പി മൂപ്പനെ സ്നേഹിക്കുന്ന തിരുമുഖത്തെ കുടുംബങ്ങൾക്കും, വയനാട്ടിലെ അവരുടെ എല്ലാ കുടുംബങ്ങൾക്കും.

പ്രകൃതിയിലേക്ക് മിഴിവേറിയത്

ഉദാത്തമായ പരിസ്ഥിതി വിവേകത്തോടെ പ്രകൃതിയെ നിരീക്ഷിച്ച ഒരു വലിയ മനുഷ്യന്റെ പച്ചനിറഞ്ഞ ഓർമ്മകളാണ് കാപ്പി മൂപ്പന്റെ കാടനുഭവങ്ങൾ. കാപ്പിമൂപ്പനെ കേട്ടെഴുതിയത് അരിവാൾജീവിതം എന്ന നോവലിലൂടെ പ്രശസ്തനായ ജോസ്പാഴൂക്കാരൻ. കാപ്പിമൂപ്പന് കാട് തന്നെയായിരുന്നു സർവ്വകലാശാല. അനേകമനേകം കാടനുഭവങ്ങളുടെ നേരറിവുകൾക്കൊണ്ട് സമ്പന്നമാണ് കാപ്പിമൂപ്പന്റെ ഓർമ്മകൾ. ബ്രിട്ടീഷ് അധിനിവേശത്തെ വീറോടെ ചെറുത്ത പഴശ്ശിയുടെ പിന്നിൽ ഉശിരോടെ അണിനിരന്ന കുറുമരെന്ന ആദിവാസികളുടെ ഇപ്പോഴത്തേ രാജാവാണ് (പോരുന്നൻ) കാപ്പിമൂപ്പൻ. കിരീടവും ചെങ്കോലുമില്ലെങ്കിലും അസാധാരണമായ കാടനുഭവങ്ങളുടെ ജൈവവൈവിധ്യങ്ങളുടെ ആചാരാനുഷ്ഠാനങ്ങളുടെ, ചികത്സാരീതികളുടെ വൈവിധ്യംകൊണ്ട് ഈ പുസ്തകം നമ്മെ സന്തുഷ്ടരാക്കും. ഈ പുസ്തകത്തിൽ മുഴങ്ങുന്നത് കുറുമരുടെ പാക്കത്തെയ്യത്തിന്റെ ഉരിയാട്ടമാണ്. കാപ്പിമൂപ്പൻ അത് ഓർമ്മിക്കുന്നു. "പളയ കാർന്നോമ്മാരുടെ ആചാരം നമ്മക്ക് കാക്കണം അത് കളഞ്ഞിട്ടുള്ള പഷ്ക്കാരം വേണ്ട."

അംബികാസുതൻ മാങ്ങാട്
മാതൃഭൂമി വരാന്തപ്പതിപ്പ്

ഉള്ളിൽ വായനക്കാരെ കാത്തിരിക്കുന്നത്

അല്പം ചരിത്രം

വീരപഴശ്ശിയുടെ ജീവചരിത്രവുമായി ഏറെ ബന്ധമുള്ള നാടാണ് വയനാട്ടിലെ പാക്കം എന്നസ്ഥലം. മാനന്തവാടിയിൽ നിന്ന് പതിനഞ്ച് കി. മീ. സഞ്ചരിച്ചാൽ പാക്കത്തേക്ക് എത്താം. ഭാഗ്യസ്വരൂപം എന്നവാക്കിൽ നിന്നാണ് പാക്കം ഉണ്ടായത്. ഭാഗ്യസ്വരൂപം വേടരുടെ ദൈവത്തിന്റെ പേരായിരുന്നുവെന്നും, പിന്നീടത് പാക്കത്തെയ്വമായി എന്നും കരുതുന്നു. ബ്രിട്ടീഷുകാരിൽ നിന്നും രക്ഷനേടാനായി വീരപഴശ്ശി വയനാടിന്റെ പലഭാഗങ്ങളും ഒളിത്താവളങ്ങളാക്കി മാറ്റിയിരുന്നു. അന്നൊക്ക രാജാവിന്റെ രക്ഷ കുറിച്ച്യരും കുറുമരുമായിരുന്നുവെന്ന് പറയപ്പെടുന്നു. മാവിലാംതോടുകരയിൽ പഴശ്ശിരാജാവ് വധിക്കപ്പെടുന്നതിന് തൊട്ട്മുമ്പ്, അദ്ദേഹം പാക്കത്തെ കുറുമരുടെ സംരക്ഷണത്തിലായിരുന്നുവെന്ന് കുറുമർ കരുതുന്നു. അന്ന് കുപ്പത്തോട് കുടുംബത്തിന്റെ അധീനതയിലുള്ള പുൽപ്പള്ളി പ്രദേശത്തെഏഴരകുന്നുകളിൽ കുറിച്ച്യരല്ല,മുഴുവനും കുറുമരായിരുന്നു. പാക്കത്തിന് ചുറ്റുമുള്ള കുറുമരുടെ സ്ഥലങ്ങളാണ്, ചെറിയമല,കണ്ടാമല,കുറിച്ചാട്ട്, പടമല പ്രദേശങ്ങളെല്ലാം.വയനാട്ടിലെ വേടരുടെ പ്രധാന രാജവംശം പൂതാടിയിലായിരുന്നു. ഇന്ന് കുറുമരാജവംശത്തിന്,അപ്പാട്, കോളിയാടി,ഏഡൂർ,പോത്തൂർ....നൂൽപ്പുഴ, ബത്തേരി, അമ്പലവയൽ, നെന്മേനി.....തുടങ്ങി 25 ഓളം സ്ഥലങ്ങളിൽ നാട്ടുമൂപ്പന്മാരുണ്ട്. ഇവരിൽ പ്രധാനം അപ്പാട് തലച്ചിലു മൂപ്പനാണന്ന് പറയപ്പെടുന്നു. വയനാട്ടിലെ കുറുമർ, കാരമനാട്, പാക്കനാട് കല്ലുനാട്.നെരിയനാട്, ചെല്ലുപ്പനാട് എന്നീ അഞ്ച് ഭാഗങ്ങളായി വയനാടിനെ തിരിച്ച് താമസിക്കുന്നു. ഇതിൻ ബത്തേരി ഭാഗങ്ങളെ പാറക്ക് മേലെ എന്നും. അമ്പലവയൽ ഭാഗങ്ങളെ പാറക്ക് താഴെ എന്നും ഇവർ വിളിക്കുന്നു. ഏതാണ്ട് 20,000ത്തോളം കുറുമ ആദിവാസികകൾ ഇന്ന് വയനാട്ടിലുള്ളതായി കരുതപ്പെടുന്നു.

ഇതിൽ പാക്കത്തെ നാട്ടുമൂപ്പനായ (പോരുന്നൻ) കാപ്പിമൂപ്പന്റെ ഓർമ്മകളാണ് പുസ്തകത്തിൽ വിവരിക്കുന്നത്. ഇക്കരെ പാക്കത്തിരുന്ന് അക്കരെ പടമലയിലാണ് പഴശ്ശി ബ്രിട്ടീഷ്കാർക്കെതിരെ പടക്കോപ്പുകൾ കൂട്ടിയതെന്നും, അതുകൊണ്ട് പഴശ്ശിയുടെ അവസാന നാളുകളിൽ കുറിച്ച്യരല്ല കുറുമരായിരുന്നു രാജാവിന്റെ രക്ഷകരെന്ന് ഇവർ വിശ്വസിക്കുന്നു. ഇത്രസുരക്ഷിതമായ, മാവിലാംതോടുകരയിൽ വച്ച് പഴശ്ശിരാജാവ് വധിക്കപ്പെടണമെങ്കിൽ അതിനുപിന്നിൽ ചില ശൂദ്രവംശജരുടെ

സ്വാർത്ഥതയും, അധികാരമോഹവും, കമ്പനിപ്പട്ടാളത്തോടുള്ള അവരുടെ കൂറുമായിരുന്നു വെന്നും കുറുമർ പറയുന്നു. പണിയരുടെ സഹായത്തോടെ ശൂദ്രവംശജരാണ് പഴശ്ശിയെ ഒറ്റിയതെന്നും അവർ കരുതുന്നു. മലബാർ മാന്വലിൽ, മദ്രാസ് ചീഫ് സിക്രട്ടറിക്ക് ടി.എച്ച്. ബാബർ അയച്ച കത്തിൽ (പേജ് 605) ചെട്ടിമാരുടെ സഹായത്താല് പഴശ്ശിരാജയെ കീഴടക്കല് അസാദ്ധ്യമായപ്പോൾ ചില ശൂദ്രവംശജർ വിശ്വസിക്കാൻ കൊള്ളാവുന്നവരാണെന്നും,തുറന്ന മനസ്ഥിതിക്കാരാണെന്നും,അവർ നമ്മുടെ സ്വാധീനത്തിലാണെന്നും ടി.എച്ച്. ബാബർ പുകഴ്ത്തി രേഖപ്പെടുത്തിയതുകൂടി കൂട്ടിവായിക്കുമ്പോൾ മറിച്ച് ചിന്തിക്കാൻ ആവുന്നില്ല......

ഈ പ്രദേശത്തെ ക്ഷേത്രങ്ങളെല്ലാം കുറുമരുടെ പൂർവ്വികരായ വേടരാജാക്കന്മാർ കെട്ടിപ്പൊക്കിയതാണ്.(വേലിയമ്പം കോട്ട ശിവക്ഷേത്രം ഉൾപ്പെടെ) പാക്കത്തിനു പുറകിൽ കുറുവാ ദ്വീപിന്റെ കരയിലാണ് പാക്കംകോട്ട ക്ഷേത്രം തകർന്നുകിടക്കുന്നത്. ചെറിയമലകോളനിക്കാരാണ് ഇപ്പോഴിതിന്റെ സംരക്ഷകർ. തകർന്നുപോയ ക്ഷേത്രാവശിഷ്ടങ്ങൾക്ക് മുകളിൽ മുളവാരികൊണ്ട് നിർമ്മിച്ച മൂന്ന് ചെറുപുരകളാണ് ഇപ്പോൾ ക്ഷേത്രമായി സങ്കൽപ്പിക്കുന്നത്. ശിവൻ,വിഷ്ണു,ദുർഗ്ഗ, എന്നിവരാണ് ഇവിടെ പ്രതിഷ്ഠ. വേടരാജാവ് നിർമ്മിച്ച ഈ ക്ഷേത്രത്തിൽ ധാരാളം സ്വർണ്ണ നിക്ഷേപങ്ങൾ ഉണ്ടായിരുന്നുവെന്നും ബാലുശ്ശേരി ചെട്ടിയാന്മാരുമായുള്ള സ്വത്തുതർക്കത്തിൽ ടിപ്പുവിനെ കൂട്ടുപിടിച്ചാണ് ക്ഷേത്രം തകർത്ത് സ്വർണ്ണനിക്ഷേപങ്ങൾ ചെട്ടിയന്മാർ കൊള്ളയടിച്ചതെന്നും കുറുമര് കരുതുന്നു. 1805-ൽ പുൽപ്പള്ളി ക്ഷേത്രമുറ്റത്ത് പള്ളോർ എമ്മന്റെ നേതൃത്വത്തിൽ കമ്പനിപ്പടയെ തുരത്താൻ അന്ന് കുറുമരെയായിരുന്നു പഴശ്ശിരാജ നിയോഗിച്ചിരുന്നത്. ഇതെല്ലാം കൂട്ടിവായിക്കുമ്പോൾ പഴശ്ശിരാജാവും പാക്കത്തു കുറുമരും തമ്മിൽ ഉണ്ടായിരുന്നബന്ധം ചെറുതല്ല. ഇന്ന് കോളനിക്ക് തിരുമുഖം എന്നു പേരുവന്നതും പഴശ്ശിയുമായി ബന്ധപ്പെട്ട് തന്നെ എന്നാണ് വിശ്വാസം.

അതിങ്ങനെ

ഒരു ദിവസം വെളിച്ചപ്പാട് സന്ധ്യക്ക് ദൈവപ്പുരയിൽ വിളക്കുവെക്കാനായി ചെന്നപ്പോൾ തേജോമയനായ ഒരാൾ ക്ഷേത്രത്തിനുള്ളിൽ കിടന്നുറങ്ങുന്നു. അരയിൽ വാള്,കത്തി. തിരുമുഖം കണ്ട വെളിച്ചപ്പാട് ഭയന്ന് വിറച്ച് കൂട്ടക്കാരെ വിവരം അറിയിച്ചു. പിന്നീട് തിരുമുഖംകാണാൻ ആളുകൾ ഏറിയപ്പോഴാണ് പഴശ്ശിരാജാവ് അവിടെനിന്നും പുൽപ്പള്ളി വഴി മാവിലാംതോട്ടിലേക്ക് പലായനം ചെയ്തത്. അതിന്റെ ഓർമ്മക്കായി വാളും വടിയുമെല്ലാം ഇന്ന് ദൈവപ്പുരയിൽ ആരാധനക്കായി വച്ചിരി

ക്കുന്നു. നായാട്ട് വീരന്മാരായ വേടരുടെതലമുറയായ കുറുമർ സാഹസ കർമ്മങ്ങൾക്ക് ഇറങ്ങുമ്പോൾ ആരാധനമൂർത്തിയേയും, ആയുധങ്ങളേ യും വണങ്ങാറുണ്ട്. പരമ്പരാഗതമായി കിട്ടിയ രാജാധികാരം ഇന്നും അവർ കാത്തു സൂക്ഷിക്കുകയാണ്. അതിന്റെ ഭാഗമായി മൂപ്പന്മാരെ വാ ഴിക്കുന്നവർ പോരുന്നൻ എന്നാണ് വിളിക്കുക. ഈ താവഴിയിലെ പാ ക്കത്തെ ഇപ്പോഴത്തെ പോരുന്നനാണ് കാപ്പിമൂപ്പൻ. മൂപ്പൻ കോളനി ക്കാരുടെ ദൈവം തന്നെയാണ്. കൂട്ടക്കാർക്ക് അവസാനവാക്ക് മൂപ്പന്റെ താണ്. കുറുമരുടെ ഇടയിൽ വിദ്വേഷങ്ങളും വാക്കുതർക്കങ്ങളുമില്ല. മ റ്റൊരാളുടെ പോരായ്മകൾ പറയുന്നതപോലും തെറ്റാണ്. തെറ്റിവർക്ക് ദൈവദോഷമാണ്.അത്രക്കും സത്യസന്ധരാണിവർ. വർഷംതോറുമുള്ള ഇവരുടെ ആഘോഷകൂട്ടായ്മയിൽ കോളനിക്കാർ ഒത്തൊരുമയോടെ കൂടുന്നത് പൊതുസമൂഹത്തിനു തന്നെ മാതൃകയാണ്. ഒരു സമുദായ ത്തിന്റെ പാരമ്പര്യത്തേയും,ജീവിത രിതികളേയും തെളിച്ചെടുക്കുന്ന പ ഠനം കൂടിയാണ് ഈ പുസ്തകം. ഏതാണ്ട് തൊണ്ണൂറ് വയസ്സുണ്ടായി രുന്ന കാപ്പിമൂപ്പന് ധാരാളം കാടനുഭങ്ങളും, ആചാരനുഷ്ഠാനുങ്ങളുടെ ഓർമ്മകളുമുണ്ടായിരുന്നു. (ഇപ്പോൾ കേഞ്ചൻ എന്ന ആളാണ് മൂപ്പൻ)പു തിയ തലമുറ പരിഷ്ക്കാരങ്ങളുടെ ലോകം തേടുമ്പോൾ കാപ്പിമൂപ്പൻ കഴിഞ്ഞകാലത്തിന്റെ ഒരുചിഹ്നമാണ്. ഈ ചിഹ്നത്തിൽ ഊന്നിനിന്ന്,ച രിത്രവും വർത്തമാനകാലവും ചേർത്തുവയ്ക്കുന്ന വായനാനുഭവത്തി ലേക്ക് വായനക്കാരെ സഹൃദയം ക്ഷണിക്കുന്നു.

ജോസ് പാഴൂക്കാരൻ

വയനാടൻ മണ്ണിലെ കേരളവർമ്മ പഴശ്ശി രാജാവ്

കാപ്പിമൂപ്പൻ എന്ന പോരുന്നൻ (രാജാവ്)

കാപ്പിമൂപ്പൻ പാക്കത്തു കോളനിക്കാരുടെ പോരുന്നനാണ്. (മൂപ്പനെ രാജാവ് എന്നാണ് പുറത്തുള്ളവർ വിളിക്കുക) ആനയും അമ്പാരിയും പരിവാരങ്ങളുമില്ലാത്ത പാക്കത്തെ കുറുമരുടെ പോരുന്നൻ. പാക്കത്തപ്പനെ പൂജിക്കുന്ന തിരുമുഖത്ത് മക്കളുടെ ഈ പോരുന്നന് കിരീടവും ചെങ്കോലുമില്ല. മുറുക്കാൻ ചെല്ലവും കോളാമ്പിയും മാത്രമാണിപ്പോൾ കൂട്ടിന്. വെളുത്ത മുണ്ടും ഷർട്ടും ധരിച്ച് സദാ മുറുക്കി ചുവപ്പിച്ച ചുണ്ടുകളുമായി തന്റെ കച്ചിക്കൂരയിൽ ഏകനായി വസിക്കുന്ന തൊണ്ണൂറുവയസ്സുള്ള കാപ്പിമൂപ്പനെ, പാക്കത്തെ എഴുപതിലധികം കുറുമകുടുംബങ്ങൾ അവരുടെ പോരുന്നനായിക്കരുതുന്നു.

പോരുന്നൻ എന്നത് മൂപ്പന്റെ സ്ഥാനപ്പേരാണ് (മൂപ്പൻ ആകാത്ത ആളെ പോരാത്തവൻ എന്നും വിളിക്കും) വംശവഴികൾ സ്വീകരിച്ചു പോന്ന പേരുകേട്ടാൽ കേമം തോന്നുമെങ്കിലും കണ്ടാൽ നമ്മെപ്പോലെ തന്നെ ഒരു സാധാരണമനുഷ്യനാണ് കാപ്പിമൂപ്പൻ . പക്ഷെ,നൂറ് നൂറ് കാടനുഭവങ്ങളുടെ വലിയ രാജാവ്.. അനേകം തലമുറകൾ വേരറ്റുപോയ ഒരു കൂട്ടത്തിലെ ഏറ്റവും പ്രായംചെന്ന മനുഷ്യൻ. മുമ്പ് വയനാട്ടിലേക്ക് അഭയം തേടിവന്ന പഴശ്ശിരാജാവിന്റേയും,എടച്ചേന കുങ്കന്റേയും,അമ്പും വില്ലുമേന്തിയ പടവീര്യമൂറുന്ന തലമുറകളിൽ ശേഷിക്കുന്നത്. പ്രതിരോധത്തിന്റെ ഉരുക്കുകോട്ടകളിൽ താങ്ങായി നിന്ന് ബ്രിട്ടീഷ് അധിനിവേശങ്ങളെ വീറോടെ നേരിട്ട കുറുമ മക്കളുടെ ശേഷിപ്പ്. കമ്പനിപ്പട്ടാളത്തിന്റെ നെഞ്ചുതുളച്ച കത്തിയമ്പുകൾ ഉണ്ടാക്കിയത് കുറുമകോളനിക്കപ്പുറമുള്ള ഊരാളികളായിരുന്നു. പഴശ്ശി രാജയുടെ ചരിത്രവുമായി കുറുമരെ ചേർത്തു വായിക്കുമ്പോൾ, കാപ്പിമൂപ്പൻ നീണ്ട ഒരു വടിയുംകുത്തി കാർന്നോന്മാർ സമ്മാനിച്ച സ്വർണ്ണപ്പിടിയുള്ള പിച്ചാത്തിയും എളിയിൽ തിരുകി ഇന്ന് നമ്മെ നോക്കി ചിരിക്കുന്നു. ഉൾപ്പുരയിൽ വിശ്രമിക്കുന്ന അമ്പും വില്ലും ഏതാനും മുളങ്കുറ്റികളും മാത്രമാണ് മൂപ്പനിപ്പോൾ കൂട്ട്. രാത്രിയുടെ തണുപ്പിൽ ആനയലറുന്ന കാടിന്റെ ഓരത്തെ കൂരയിൽ അടുപ്പുകൂട്ടിലെ ചെറുതീച്ചൂടിനരികെ മൂപ്പൻഅന്തിയുറങ്ങുകയാണ്. ആൺമക്കളില്ലാത്തതിനാൽ ദത്തുപുത്രനായ അറുമു

ഖനാണ് ഈ രാജാവിന്റെ അന്ന ദാതാവ്. ഉച്ചക്ക് മാത്രം തന്റെ വടിയുടെ സഹായത്താൽ ഇരുനൂറ് മീറ്ററോളം അകലെയുള്ള അറുമുഖന്റെ വീട്ടിലെത്തി ഭക്ഷണം കഴിച്ച് തിരിച്ച് പോരും. പിന്നെയുള്ളത് വലിയപുരേലേക്ക് എത്തിക്കുകയാണ് പതിവ്.

പുൽപ്പള്ളിയിൽ നിന്നും ഒൻപതു കിലോമീറ്റർ ദൂരത്തിൽ മാനന്തവാടിയിലേക്കുള്ള പാതയരുകിൽ പാക്കം തിരുമുഖത്തു കോളനിയിലെ അനേകം കുറുമമക്കളുടെ ജീവിക്കുന്ന ദൈവമാണ് കാപ്പിമൂപ്പൻ എന്ന തിരുമത്ത് മൂപ്പൻ. ആചാരങ്ങളും, അനുഷ്ഠാനങ്ങളും കൈയ്യൊഴിയാതെ തങ്ങളുടെ പാരമ്പര്യങ്ങൾ വംശത്തിന്റെ കുലപ്പെരുമയായി വർഷം തോറും ആഘോഷിച്ച് കൃഷിയും, നായാട്ടും ജീവിതമാക്കിയ കാടിന്റെ മക്കളാണ് പാക്കത്തെ കുറുമ ആദിവാസി വിഭാഗം.

കാപ്പിമൂപ്പനു മുമ്പ് കരുണൻ മൂപ്പനായിരുന്നു പോരുന്നൻ, എൺപ്പത്തിയഞ്ചാം വയസ്സിൽ വാർദ്ധക്യം ബാധിച്ച് ഈ മപ്പൻ മരിച്ചു. അതിനുമുമ്പ് തോഢൻ മൂപ്പൻ, അതിനുംമുമ്പ് ചിന്തരി മൂപ്പൻ. അതിനും മുമ്പ് കൊനുവൻ മൂപ്പൻ ഇങ്ങനെ പിന്നോട്ട് അനേകം പോരുന്നവന്മാരുടെ കുലവഴിച്ചരിത്രം കാപ്പി മൂപ്പനുണ്ട്. മരിച്ചാൽ കുടുംബത്തിലെ ഏറ്റവും മുതിർന്നയാളെ വീണ്ടും പോരുന്നനായി വാഴിക്കും. അതിനു ചടങ്ങുകൾ ധാരാളമുണ്ട്. മകരകൊയ്ത്തിനുശേഷം വൃത്തിയിൽ ചീന്തിയെടുത്ത നീണ്ട തൊണ്ടിനെൽകച്ചികൊണ്ടാണ് കോളനിക്കാർ പുരമേഞ്ഞിരിക്കുന്നത്. മീനം മേടം മാസങ്ങളിൽ പുതുകച്ചിമേയുന്നസമയമാണ്. അപ്പോൾ പുരകൾക്ക് പുതിയമാനം കൈവരും.

മണ്ണ്കുഴച്ച് കുമ്മായവും,കരിയും കൂട്ടിക്കലർത്തി ഭിത്തികളിൽ പെൺകുട്ടികൾ കളമെഴുതും. കോളനിക്കുള്ളിൽ ആഘോഷചടങ്ങുകൾ നടത്താനുള്ള വലിയപുരയും, ദൈവപ്പുരയുമുണ്ട്. മരിച്ചവരേയും വിവാഹിതരേയും വലിയപുരയിലാണ് കയറ്റി ചടങ്ങുകൾ നടത്തുക. ദൈവപ്പുര നിലവിളക്ക് കൊളുത്തി വെക്കാനുള്ളതാണ്. വലിയപുരയുടെ നാലുവശവും തുറന്നാണ് കിടക്കുന്നത്. ചാണകമെഴുതിയ തറയിൽ വിരിച്ച പുൽപ്പായിൽ കിടന്നാൽ നല്ല സുഖമാണ്. സിമന്റു ഭിത്തികൾക്കുള്ളിലെ എയർകണ്ടീഷൻ നാണിച്ചു പോകുന്ന കുളിരുണ്ടാകും. ശുദ്ധമായ ശ്വാസസുഖം സിരകളിലൂടെ ഒഴുകുമ്പോൾ ഗൃഹാതുരത്വത്തിന്റെ അനേകം ഓർമ്മകൾ നെഞ്ചുപുളപ്പിച്ച് നമ്മെ കണ്ണുകൾ ചേർത്തടപ്പിക്കും. കുറുവാ ദ്വീപിന്റെ കരയിൽ ഇങ്ങനെ അനേകം കുന്നുകോളനികളുണ്ട് ചെറിയമല, കണ്ടാമല, ചേകാടി, ഇല്ലിയമ്പം,കരിക്കവയൽ, അവിടെയൊക്കെ വേറെ വേറെ കുന്നുമൂപ്പന്മാരുമുണ്ട്, എങ്കിലും വയനാട്ടിലെ

ഏറ്റവും പ്രശസ്തമായ കോളനിയും കുന്നുമൂപ്പനുമാണ് പാക്കത്തുള്ളത്. വയനാടിന്റെ വിവിധഭാഗങ്ങളിൽ നിന്ന് കുറുമർ ഉച്ചാൽ നേർച്ചക്ക് വർഷം തോറും പാക്കത്തേക്ക് വരാറുണ്ട്. അതുകൊണ്ട് തന്നെ കാപ്പി മൂപ്പനും തിരുമുഖത്തു (തിരുമത്ത്) കോളനിക്കും വലിയ പേരാണ്. മൂപ്പനോട് ചോദിച്ചാൽ പറയും, ഒരുകാലത്ത് പഴശ്ശിപ്പട പാക്കത്തൂക്കൂടെ കടന്നു പോയതും, പാക്കം കാട്ടിൽ പഴശ്ശി ഒളിച്ചിരുന്ന കഥകളും. അക്കരെ പട മലയിൽ എടച്ചേനകുങ്കൻ തന്റെ പടയാളികൾക്ക് പരിശീലനം കൊടുത്ത കഥകളുമൊക്കെ. കാപ്പിമൂപ്പന് ഇതൊക്കെ തലമുറകൾ പകർന്നു കൊടുത്തതാണ്. ഇപ്പോൾ ഇടിഞ്ഞു പൊളിഞ്ഞ പാക്കം കോട്ടയുടെ അവശിഷ്ടങ്ങൾക്ക് മുകളിൽ തല ഉയർത്തി നിൽക്കുന്ന മൂന്നു ചെറുക്ഷേത്രപ്പുരകൾ മാത്രമാണ് പഴശ്ശിയുടെ ഓർമ്മകൾ കോളനിമക്കൾക്ക് നൽകുന്നത്. ഇതു കുറുവാ ദ്വീപിനു കരയിലാണ്. വലിയകേറ്റത്തിൽ ഭീമാകാരങ്ങളായ കോളീ മരങ്ങളുടെ ഇടയിൽ,നികന്നുപോയ വലിയ ഗർത്തങ്ങൾക്ക് നടുവിൽ ഈ ക്ഷേത്രപ്പുരകളുടെ നാശം നമ്മിൽ അമ്പരപ്പുളവാക്കും. അവിടെ നിന്നാൽ കുറുവാ അറുപത്തിയെട്ടു തുരുത്തുകളായി ചിലച്ച് ഒഴുകുന്ന ഒച്ച കേൾക്കാം...

ഇവിടെ ചിതലരിക്കാത്ത ഓർമ്മകളുടെ ഭാണ്ഡവുമായി കാപ്പിമൂപ്പൻ നമ്മെ കാത്തിരിക്കുന്നു. മൂപ്പന്റെ വാക്കുകൾ അറ്റുപോകുന്ന ഒരു വംശത്തിന്റെ നിലനിൽപ്പും,ജീവിതരീതികളും എങ്ങനെയായിരുന്നുവെന്നും, അത്,വയനാടിന്റ ചരിത്രത്തിൽ ഉറങ്ങിക്കിടക്കുന്ന ചില വസ്തുതകളിലേക്കും കൊണ്ടു ചെന്നെത്തിക്കുകയാണ്.

വർഷം തോറും തിരുമുഖത്ത് കോളനിക്കാർ ഉച്ചാലിന് പാക്കം കാട്കേറി നായാട്ട് ഉത്സവം കൊണ്ടാടുമായിരുന്നു.അന്ന് അമ്പും വില്ലുമായിരുന്നു പ്രധാന ആയുധം. പന്നിയും, മാനും, മുയലുമെല്ലാം ഇറച്ചിയാവുന്ന ആഘോഷച്ചടങ്ങ്.

ഇപ്പോൾ നായാട്ടില്ല;സർക്കാർ അതു നിർത്തലാക്കിയതിനാൽ ഉച്ചാൽ മാത്രമേയുള്ളൂ. മൂപ്പൻ പറയുന്നു. "അന്നൊക്കെ ഉച്ചാലിക്ക് വല്യ തിരക്കാണ്. വയനാട്ടിലെ ആനക്കാടുകളിലൂടെ മൈലുകളോളം നടന്നാണ് ഊരാളികളും, പണിയരും, കാടരുമൊക്കെ ഉച്ചാലിക്ക് ബരുക, കണ്ടു നിൽക്കാനല്ല ഇതില് പങ്കാളികളാകാനാണ് എല്ല്യാരുമെത്തുക. പിന്നെ,മൂന്നും നാലും ദിവസങ്ങൾ കഴിഞ്ഞാണ് അവറ്റാള് മടങ്ങുക. അത്ര വല്ല്യ തിരക്കാണ് ഉച്ചാലിക്ക്. ഇപ്പോഴാണ് പത്രക്കാരൊക്കെ വരാന് തുടങ്ങീത് തന്നെ. ഉച്ചാലിക്ക് വട്ടക്കളിയും, ഊരാളിക്കളിയുമാണ് കെങ്കേമം. അതിന് പുതിയ തപ്പയും (മാൻതോലിട്ട ചെറിയ ചെണ്ട)

കുഴലും കൊമ്പുമൊക്കെ കോളനിക്കാർ തയ്യാറാക്കും. മൂന്നാല് മാസം മുമ്പേ ഈറ്റമുറിച്ച് അട്ടത്ത് ഊറക്കിട്ടാണ് കുഴലുണ്ടാക്കുക. നല്ല ചുവപ്പും മഞ്ഞേം കലർന്ന നിറം വരുമ്പോളാണ് കമ്പി പഴുപ്പിച്ച് അതിന് തുളകളിടുക.

നാലുദിവസത്തേക്ക് വലിയ ഒച്ചയാണ് കോളനിമുഴുവൻ. ഉച്ചാലിക്ക് ആദിവാസികളിൽ വിത്യാസമൊന്നുമില്ല. എല്ലാ സമുദായക്കാരും വരും. വരുന്നവർക്ക് മുഴോനും തപ്പക്കളിക്ക് അവസരമുണ്ട്. അന്നേരം മാന ത്തേക്ക് പൊങ്ങുന്ന പൊടിക്കൂന കോളനിക്ക് മുകളിൽ വലിയ മഞ്ഞ് പാളിപോലെ കട്ടിയായി നിൽക്കും.''

മൂപ്പൻ ചെറുചിരിയോടെ ഓർമ്മകളെ ചികയുകയാണ്.

കുംഭമാസം ഒന്നാം തിയ്യതിയാണ് ഉച്ചാലിന് തുടക്കം(ഫെബ്രുവരി 15,16 17,)തലേന്ന് കൂട്ടക്കാരുടെ ചാലികെട്ടാണ് (മീൻപിടുത്തം) രണ്ടു വർഷം മുമ്പുവരെ കരുണൻ മൂപ്പനായിരുന്നു പോരുന്നൻ. അദ്ദേഹ ത്തിന്റെ മരണശേഷം കാപ്പിമൂപ്പനെ പോരുന്നനായി വാഴിക്കുകയായിരു ന്നു കോളനിക്കാർ. ചെറുപ്പം മുതൽ മൂപ്പന്മാരെ വാഴിക്കലും, മരിച്ചവരെ അടക്കലും, ഉച്ചാലും തിറയുമെല്ലാം രക്തത്തിൽ ഉറഞ്ഞുകൂടിയ പഴങ്ക ഥകൾ കാപ്പിമൂപ്പൻ പുറത്തെടുക്കുകയാണ്.. ഇത് കാടിന്റെയും, കാട്ടാ റിന്റെയും ശബ്ദമാണ്. ആനയും പന്നിയും കാട്ടുപോത്തും മറ്റനേകം ജന്തുമൃഗാദികൾക്കൊപ്പം ജീവിതം അനുഭവിച്ച ഒരു ജൈവമനുഷ്യന്റെ ഹൃദയം പങ്കുവെക്കലാണ്. അത് ഭൂതകാലം സമ്മാനിച്ച നിരാശയുടേയും, പരാജയത്തിന്റേയും ഓർമ്മകളാണ്. കാടും, വയലും, തോടുമെല്ലാം അന്യം വരുന്ന ആദിവാസി ഗോത്ര സമൂഹത്തിന്റെ വർത്തമാനകാല സങ്കടങ്ങളാണ് ഈ കഥകൾ.

കാപ്പിമൂപ്പന്റെ അമ്മയുടെ പേര് മണിയമ്മ , അച്ഛൻ, തോടൻ. ആദി വാസി വിഭാഗങ്ങളിൽ മുള്ളുകുറുമർ ആഢ്യത്വമുള്ളവരാണ്. നല്ല വെളുത്ത, ആരോഗ്യമുള്ളവർ. കുറുമരിൽ മുള്ളുകുറുമ്പർ തേൻക്കുറു മർ, ബെട്ടകുറുമർ എന്നിങ്ങനെയുണ്ട്. കാപ്പിമൂപ്പൻ മുള്ളുകുറുമനാണ്. വിദ്യാഭ്യാസവും സർക്കാരുദ്യോഗവും ഉള്ളവരാണ് ഇക്കൂട്ടർ. കൃഷിഭൂ മിയും മറ്റും ധാരാളമുണ്ടെങ്കിലും ആഢ്യത്വത്തിന്റെ അതിർ വരമ്പുകൾ ഭേദിക്കുന്ന വലിയ വീടുകളൊ, വാഹനങ്ങളോ ഇവർക്കില്ല. ഒരു വിഭാഗം പഴയ ആചാരങ്ങളേയും അനുഷ്ഠാനങ്ങളേയും വംശത്തിന്റെ അപകർഷ തയായിക്കണ്ട് തലതിരിച്ച് നടക്കുമ്പോൾ, മറ്റൊരു വിഭാഗം ഇതു തങ്ങ ളുടെ പൂർവ്വികർ സമ്മാനിച്ചുപോയ കുടുംബ മഹിമയുടേയും ജീവനി ഷ്ഠയുടേയും തിരുശേഷിപ്പുകളെന്ന് കരുതുന്നു... എങ്കിലും തർക്കങ്ങ

ദൈവപ്പുരക്ക് മുമ്പിൽ കാപ്പിമൂപ്പനോട് തർക്കിക്കുന്ന പാക്കത്തെയ്യം

ളില്ല മുതിർന്നവരുടെ ചൊല്ലുകളെ ശിരസ്സാവഹിക്കുകയാണ് ഇളം തലമുറകൾ. അവസാന വാക്ക് മൂപ്പന്റെതാണ്. അവിടുത്തെ ഉത്തരവിന് മറുവാദമില്ല.തിരിച്ചു വരാത്ത കാലത്തിന്റെ നേരറിവുകളിലൂടെ മൂപ്പന്റെ വാക്കുകൾ നമ്മിലേക്ക് പെയ്തിറങ്ങുമ്പോൾ പഴശ്ശിയും പടയോട്ടങ്ങളും, ലക്ഷ്യമില്ലാത്ത ആദിവാസി ജീവിതങ്ങളുടെ പങ്കപ്പെട്ടജീവിതങ്ങളും നമുക്ക് മുമ്പിൽ തെളിയുകയാണ്.

പാക്കത്ത് ബസ്സിറങ്ങി കാപ്പി മൂപ്പനെ അന്വേഷിച്ചു.മുകുന്ദനും, സുബ്രമണ്യനും ചേർന്നാണ് കോളനിയിലൂടെ വെട്ടിയുണ്ടാക്കിയ കനാലരികിലൂടെ അനേകം കൂരകൾക്ക് നടുവിലൂടെ കാപ്പിമൂപ്പന്റെ വലിയ പുരയിലെത്തിച്ചത്. ചില വീടുകൾക്ക് ഓടുവച്ച് നാട്ടുമ്പുറത്തെ വീടുകളുടെ ഭംഗി തോന്നിച്ചു. എങ്കിലും ഉള്ളിലോട്ട് ചെല്ലുംതോറും കച്ചി തൂങ്ങി കുനിഞ്ഞ് കേറാവുന്ന അനേകം പുരകൾ പഴമയുടെ ബാക്കി പത്രമായി തലഉയർത്തി നിൽക്കുന്നു. ഇറയത്തുനിന്നും സാവധാനം വടികുത്തി പുറത്തേക്ക് ഇറങ്ങാൻ തുടങ്ങുന്ന മൂപ്പൻ പുതിയ ആളെക്കണ്ട് വെളുക്കനെ ചിരിച്ചു. അപ്പോൾ മൂപ്പന്റെ കടവായിലൂടെ മുറുക്കാൻ കൂട്ട് ഒഴുകി. അത് അമർത്തിത്തുടച്ച് മൂപ്പൻ നീട്ടിത്തുപ്പി. പൂപോലെ ചിതറിയ ചുവന്ന അഴുക്ക് വായുവിൽ സാവധാനം നിലത്തേക്ക് അമരുകയാണ്. അല്പം അസ്വസ്ഥതയിൽ ഞാൻ ടവ്വലെടുത്ത് ശ്വാസം നിയന്ത്രിച്ചു.

അതു മനസ്സിലാക്കി മുകുന്ദൻ കോളാമ്പി കാട്ടി തുപ്പാനുള്ളസ്ഥലം മൂപ്പനെ ഓർമ്മിപ്പിച്ചു.. പുതിയ ആളുകൾ വരുമ്പോൾ മൂപ്പന് സന്തോഷ മാണ് കാരണം ദക്ഷിണയായി വെറ്റിലയും അടക്കയും, പണവും കിട്ടും. ഞാനും മൂപ്പനെ സന്തോഷിപ്പിച്ചു. അപ്പോൾ ആനന്ദത്താൽ മൂപ്പൻ പാടി.

വാഴുക വാഴുക പാക്കസ്വരൂപമേ
പാക്കസ്വരൂപത്തിലുള്ളോരു നാടല്ലേ
പാക്കത്തുകോട്ടൈ പതിനെട്ടുശീളി
മറ്റു ചിലനാട് പാറക്കമേലെ
പാറക്ക് മേലെ തിരുമംഗലംകോട്ട
കോട്ടപിടിപ്പാനായ് കന്നടിയന്മാർ വന്നു.
കന്നടിയൻപട വെള്ളംപോൽ വന്നു.
കാക്കക്കല്ലിട്ടോരുതൊക്കാലെടുത്തല്ലോ
കൈപ്പിടിവെക്കലും ബാണമെറിയലും.
ബാണമെറിയലും കൂക്കികൊടുക്കലും
നമ്മുടെ ശെങ്ങാതിമാർ നന്നായി വലഞ്ഞല്ലോ.

വേടപ്പടയെ തുരത്തി പാക്കം കോട്ട ടിപ്പുസുൽത്താനും കൂട്ടരും പിടി ച്ചെടുത്ത് നശിപ്പിച്ചതിന്റെ കഥയാണ് മൂപ്പൻ പാടിയത്.

ഇതിവർ വട്ടക്കളിക്ക് പാടാറുണ്ട്.

മൂപ്പന്റെ കഥകൾ ഞങ്ങൾക്കു വേണം, അതുകേൾക്കാനാണ് വന്ന തെന്നുപറഞ്ഞപ്പോൾ നഷ്ടപ്പെട്ടതെല്ലാം തിരിച്ചു കിട്ടിയ ചൈതന്യം മൂപ്പന്റെ മുഖത്ത് വിരിഞ്ഞു. മൂപ്പൻ നന്നായി ചിരിച്ചു വെറ്റിലക്കറയുള്ള പല്ലുൾ കാട്ടി (അത്ഭുതം മൂപ്പന് പല്ലുകളുണ്ട്) കഥകേൾക്കാനായി ഒരു പക്ഷെ മൂപ്പൻ വർഷങ്ങളായി ആളെ തിരഞ്ഞിരിക്കാം. ഓർമ്മകളുടെ വേലിക്കെട്ടുകൾ പൊളിച്ചടുക്കാൻ മൂപ്പൻ തയ്യാറായി. തറയിൽ വിരിച്ച തഴപ്പായിൽ മൂപ്പൻ ചമ്രം പടഞ്ഞിരുന്നു. വളഞ്ഞ സ്വർണ്ണ അളുക്കു വടി ഭിത്തിയിൽ ചാരി. സ്വർണ്ണപ്പിടിയുള്ള നായാട്ടു കത്തിക്ക് പാക്കു വെട്ടി തൊണ്ടുരിച്ച് നുറുങ്ങുകളാക്കി വിട്ടൊഴിയാത്ത മഞ്ഞപ്പല്ലുകൾക്കി ടയിലേക്ക് തിരുകി കാപ്പിമൂപ്പൻ.

ഞാൻ എന്നെ പരിചയപ്പെടുത്തി. സ്ഥലം പറഞ്ഞു.

പുൽപ്പള്ളി ശശിമല എന്നു കൂടികേട്ടപ്പോൾ പണ്ട് നായാട്ടിന് പഴയ രാജാവ് കരുണൻ മൂപ്പനൊപ്പം ശശിമലയിൽ പോയതും മുള്ളൻ പന്നിയെ പുകയിട്ട് പിടിച്ചതും ഓർമ്മിച്ചു.

വർഷം തോറുമുള്ള ഉച്ചാൽ ചടങ്ങിന് കാട്കേറി നായാട്ട് പ്രധാന

മായിരുന്നു തിരുമുഖത്ത് കോളനിക്ക്. പക്ഷെ, ഇന്നതില്ല. കാട്ടിക്കേറാൻ പോലും ഇന്നവർക്ക് ഭയമാണ്. കാട് നിയമങ്ങൾ അത്രമാത്രം അവരെ അചാരങ്ങളിൽ നിന്ന് പിന്നോട്ടടിപ്പിക്കുന്നു.

നൂറുകണക്കിന് കുറുമർ അമ്പും വില്ലുമായി പാക്കം കാടുകേറി പന്നി യേയോ... കേഴയേയോ... മുയലിനേയോ.....നായാടിപ്പിടിച്ചിരുന്ന ഓർമ്മകൾ കാപ്പിമൂപ്പനെ ആവേശം കൊള്ളിച്ചു. നാലുദിവസമാണ് സാധാരണ ഉച്ചാൽ നടക്കുക. തപ്പക്കളി,വട്ടക്കളി, ഊരാളിക്കളി പന്നിനായാട്ട്, ചാലി എന്നിങ്ങനെ പോകും ചടങ്ങുകളുടെ നിരകൾ.

കാപ്പിമൂപ്പൻ ഉച്ചാലിനെ കുറിച്ചും അതിന്റെ മഹത്വത്തെക്കുറിച്ചുമെല്ലാം വാതോരാതെ സംസാരിക്കുകയാണ്.

ഉച്ചാൽ (പാക്കത്തെയ്യം വരവ്)

കുംഭമാസം ഒന്നാം തിയ്യതിയാണ് ഉച്ചാലിന് തുടക്കം. കുറച്ചപ്പുറെ കാടിനോട് ചേർന്ന് ഗുളികമുത്തപ്പന്റെ തറയുണ്ട്. മുത്തപ്പൻ നാങ്ങ മൂർത്തിയാണ്. അവിടെ തേങ്ങാനേർച്ചയിലാണ് ഉച്ചാലിന് തുടക്കം. വെളുപ്പിനെ കുടുംബക്കാര് കുളിച്ച് ശുദ്ധിയായി കുറിതൊട്ട് പൊതിച്ച തേങ്ങയും വെല്ലവുമായി മുത്തപ്പൻ തറേലേക്ക് പോകും. മൂപ്പൻ നിയമിക്കുന്ന കുട്ടികള് അതുടച്ച് പാതിനേർച്ചക്കാർക്ക് തിരികെകൊടുക്കും. സർവ്വവിധ ഐശ്വര്യങ്ങൾക്കും തേങ്ങാനേർച്ച ഉത്തമമാണ്. വെള്ളമുണ്ടും ഷർട്ടും ധരിച്ച് പുരുഷന്മാരും, മേക്കട്ടികെട്ടിയ സ്ത്രീകളും കുറിതൊട്ട് ഗുളികമുത്തപ്പനെ തൊഴുത് വണങ്ങി തേങ്ങാപ്പാതി ഭക്തിപൂർവ്വം ഉടച്ചുവാങ്ങും. കൃഷിനന്നാകാനും,വന്യമൃഗശല്ല്യമുണ്ടാകാതിരിക്കാനും, കുട്ടികളില്ലാത്തോർക്ക് അതുണ്ടാകാനും ഇതാണ് നാങ്ങടെ നേർച്ച. മദിപ്പുരേലും തേങ്ങാനേർച്ചയുണ്ട്. ഗുളികമുത്തപ്പൻ തറേലെ തേങ്ങാപ്പാതി കുട്ടികള് തിന്നാനെടുക്കും. മദിപ്പുരയിലെപ്പാതി ഉച്ചാൽപായസത്തിനുള്ളതാണ്. ഉച്ചാലിന് തേങ്ങാപ്പായസം ചിരട്ടയിലാണ് കൊടുക്കുന്നത്. അരി ചേർക്കാത്ത തേങ്ങയും വെല്ലവും മാത്രം ചേർത്തുണ്ടാക്കിയ പായസം ചിരട്ടയിൽ തന്നെ വേണമെന്നതാണ് നിയമം. രണ്ടാം മൂപ്പനും കൂട്ടരുമാണ് പായസം തയ്യാറാക്കുന്നത്. ചിരട്ടപായസം ഒരു സ്പൂണേ കാണു. അത് അമൃതുപോലാണ് നാങ്ങ ഭക്ഷിക്കുക.

അന്നാണ് മദിപ്പുരയുടെ ഭിത്തിമുഴുവൻ ഋതുമതിയാവാത്ത പെങ്കുട്ട്യോള് ചുണ്ണാമ്പും കരിയും ചേർത്ത കളഭംകൊണ്ട് കളമെഴുതി ഭംഗിയാക്കുന്നത്. ആൺകുട്ടികൾ ആ സമയം മദിപ്പുരയിൽ കടക്കില്ല. അത് തെറ്റാണ്, അവർ ആ സമയം പുറത്ത് പുല്ലുകൾ ചെത്തുകയും ആൽ

ത്തറയിൽ വിളക്കുകൾ പ്രകാശിപ്പിക്കുകയും ചെയ്യും. ഗുളികമുത്തപ്പന് തേങ്ങാ ഉടച്ചാലേ വെളിച്ചപ്പാട് (കോന്തല)താഴേക്കോളനീന്ന് വരൂ. അതിനുശേഷം തറവാട്ടിലെത്തി വലിയത്തേന്ന് (വലിയപുരേന്ന്) കാരണവരെ (മൂപ്പനെ) വിളിക്കും. തുടർന്ന് എല്ലാവരും മൂപ്പനെ വന്ദിച്ച് കാണിക്ക ഇടണം. ആ സമയം മൂപ്പൻ പായേല് ചമ്രം പടഞ്ഞിരിക്കും. പിന്നീട് വെളിച്ചപ്പാട് ദൈവപ്പുരേല് കേറി രണ്ടുവടിയും കുത്തി മുത്തശ്ശിയമ്മയായി വീണ്ടും പുറത്തുവരും. വീണ്ടും കേറിപ്പോയി പൂതാടിത്തെയ്‌വമായിവരും. അതിനുശേഷമാണ് വെളിച്ചപ്പാട് വാളുമേന്തി പാക്കത്തെയ്‌വമായി പുറത്ത് വന്ന് ഉറഞ്ഞാടുന്നത്. അന്നേരം കോടിയുടുത്ത് തയ്യാറായി നിക്കുന്നോര് പാക്കത്തെയ്യത്തിനെ ഭക്ത്യാദരപൂർവ്വം വണങ്ങി നിൽക്കും. അന്നേരവും പടിഞ്ഞാറുവശത്ത് വട്ടക്കളി നടക്കുന്നുണ്ടാവും. ആ കളി ഉച്ചവരെ നിർത്താതെ തുടരണം. നിർത്തിയാല് തെറ്റാണ്. കളിക്കാൻ കോളനിക്കാര് മുഴോനും കൂടണം. ആർക്കുമതില് നിന്ന് ഒഴിയാൻ പറ്റൂല്ല. അത് തെറ്റാണ്. കോളനിമക്കടെ കളിയായതുകൊണ്ട് നാങ്ങ ഇതിനെ മക്കകളിയെന്നും വിളിക്കും. മൂന്നാല് കുഴലും,തപ്പയുമൊക്കെയാണ് പണിയര് കൊണ്ടുവരിക. പനംങ്കുറ്റിയില് മാൻതോലിട്ടാണ് തപ്പയുണ്ടാക്കുക. തപ്പയുടെ ശബ്ദം ഭയാനകമായി കോളനീല് മുഴങ്ങിക്കൊണ്ടിരിക്കും. അതോണ്ട് നാങ്ങയതിനെ തപ്പക്കളിയെന്നും പറയാറുണ്ട്.

അല്ലെങ്കില് മക്കളുടെ മദിയെന്നും പറയും.കാരണം അന്ന് എല്ലാവരും ചാരായം കുടിച്ച് മദിയിളകിയപോലാണ് കളിക്കുക. കുട്ടികള് ചെറുതും വലുതുമെന്നൊന്നും വിത്യാസമില്ല. പൊടിയില് ആളെയൊന്നും തിരിച്ചറിയാനാവൂല്ല. വലിന വട്ടത്തിലാണ് ജനക്കൂട്ടം കളിക്കുക. കാവിമുണ്ടും ഷർട്ടും തലയിൽ തോർത്ത് കെട്ടുമായിരിക്കും ഊരാളികളുടെ വേഷം. പിറ്റേന്ന് രാവിലെ താഴേക്കുടീന്ന് ദൈവംതുള്ളി വന്നാലെ കളിനിർത്തൂ. എന്നു പറഞ്ഞാല് പാക്കത്തെയ്യം വരവാണ് (വെളിച്ചപ്പാട്) അരയിലെ വെള്ളമുണ്ടിനു മുകളിൽ ചുവന്ന കച്ചകെട്ടി കയ്യിൽ വലിയ വാളുമായി.... താനെ പാക്കത്തെയ്യം താഴെക്കോളനീന്ന് വരണമെന്നാണ് നിശ്ചയം. അന്നേരമാണ് പാക്കത്തെയ്യം വിറഞ്ഞു തുള്ളി ഞായം പറയുക.

മൂപ്പൻ ചോദിക്കും.

'കുടുംബത്തിലെ പ്രശ്നങ്ങള് തീർക്കണ്ടെ പഴേപോലുള്ള ആചാരം കൊണ്ടു നടക്കണ്ടെ?'

പാക്കത്തെയ്യം പറയും. 'പുതിയ പഷ്ക്കാരങ്ങള് നമ്മക്ക് ബേണ്ട അതോണ്ട് നമ്മക്ക് കുണം കാണണില്ല.'

മൂപ്പൻ,... 'എന്താണ് ആചാരങ്ങള് അധഃപതിക്കാന് കരണം. അതി

ലെല്ലാ പുതിയ പഷ്ക്കാരങ്ങളും കേറിക്കൂടിയോ?'

പാക്കത്തെയ്യം. 'പളയകാർന്നോമ്മാരുടെ ആചാരം പോലെ നമ്മക്ക് കാക്കണം. അതുകളഞ്ഞിട്ടുള്ള പഷ്ക്കാരം വേണ്ട.'

മൂപ്പൻ... 'എന്നിട്ടവുമതാണ് നാക്കാപ്പോക്കു പോയ്യാമതി യാക്കായിട്ട് പൊതിയ നെയമം ബേണ്ട.'

ഗുളികൻ മുത്തപ്പൻകാവിൽ തേങ്ങ ഉടക്കൽ ചടങ്ങ്

ഇങ്ങനെ ചോദ്യവും ഉത്തരങ്ങളും കുറെ നീളും. 'ഇതിന് നെകലും യോഗവും' എന്നാണ് കുറുമര് പറയുക. 'നെകൽ' എന്നാൽ ദേവീ സങ്കൽപ്പമാണ്. യോഗ എന്നാൽ മനസ്സിനെ ദൈവവുമായി അടുപ്പിക്കൽ. ആ സമയത്ത് ഉള്ളിൽ വരുന്ന വാക്കുകളാണ് കോന്തല ഉരുവിടുക (തെയ്യം). ഇതിനിടയില് തപ്പക്കളി നടന്നുകൊണ്ടേയിരിക്കും. ഇരുട്ടുകൂട്ടി അടുത്തകോളനീന്ന് ഊരാളിക്കളിക്ക് ആളുകള് ബന്നങ്കിലെ നാങ്ങ മാറൂ. അവര് പത്ത് നൂറ് പേരുണ്ടാകും. ഇല്ലിയമ്പം,മേട്ടിക്കല്ല്, ചേകാടി, ചാലിഗദ്ധ, മണിക്കോട്, നെയ്ക്കുപ്പ തുടങ്ങിയ സ്ഥലങ്ങളീന്നാണ് ഊരാളികള് ബരിക. അവരുക്കും ചെണ്ടയുണ്ട്. അവര് കളത്തിക്കേറിയാലേ കൂട്ടക്കാര് ഒഴിയൂ. കളം കാലിയാകാൻ പാടില്ലന്നാണ് നിയമം. അപ്പോഴും

പാക്കത്തെയ്യം കാപ്പിമൂപ്പനോട് ഞായം ചോദിക്കുന്നു.

മീൻകൂടയുമേന്തി കുറുവാദ്വീപിലേക്ക് പോകുന്ന കുറുമർ

പാക്കംത്തെയ്യം താഴേക്കുടീന്ന് ദൈവംതുള്ളി വരും. കയ്യിൽ വാളും തീക്കൊള്ളിയും ഉണ്ടാകും. തെയ്യം പാഞ്ഞ് വന്ന് തീക്കൊള്ളി ഊരാളികൾക്ക് കൊടുക്കുമ്പോള് തപ്പയും ,ദോലും, കുഴലും ഉച്ചത്തിൽ മുഴങ്ങും. അന്നേരം പിന്നേം കളിതുടങ്ങുകയായി.പിറ്റേന്ന് വൈകുന്നരമാണ് ഉച്ചാൽക്കളി തീരുക.

ഇതുകാണാവേണ്ടി വയനാട്ടിന്റെ പലഭാഗത്തൂന്ന് ആളുകള് വരും. മൂന്നാം തിയ്യതി ഉച്ചക്ക് ഭക്ഷണസമയത്ത് കളംകാലിയാകാതിരിക്കാൻ വട്ടക്കളിക്കാരാണ് പിന്നെകേറുന്നത്. കുടുംബക്കാര് ചൊരിഞ്ഞ്കൊടുത്ത ചോറും കറികളുമാണ് ഊരാളികള് കഴിക്കുക. അന്ന് തിരുമുഖത്തെ എഴുപത് കുടുംബക്കാരും കുട്ടയിലേക്ക് ചോറുംകറികളും കമഴ്ത്തിക്കൊടുക്കും. അത്ചുമന്ന് ഉരാളികള് താഴെ വയലീക്കൊണ്ടോയിട്ടാണ് കഴിക്കുക. അന്ന് ഇറച്ചിയും മീനുമൊന്നും ഉണ്ടാവൂല്ല.സാമ്പാറുകറി മാത്രം. ഭക്ഷണം കഴിഞ്ഞ് അവറ്റാള് ചെണ്ടയടിച്ച് പിന്നേം വന്ന് കളാത്തിക്കേറി കെട്ടിപ്പിടിച്ച് ചെവിയിൽ കൂക്കിത്തരും അപ്പേളെ നാങ്ങ മാറൂ. വലിയ ഒച്ചാപ്പാടായിരിക്കും ആ സമയത്ത്.പിന്നെ അവറ്റാള് തൊട്ടതോണ്ട് നാങ്ങ കുളിക്കാൻ പോകും. രാത്രീല് കുറച്ചപ്പുറെ മാറി വലിയ ആഴിയുണ്ടാകും. അതിലിടാന് കുട്ടികളാണ് കാട്ടിപ്പോയി വിറക് കൊണ്ടു വരിക. ആഴിക്ക്ചുറ്റും ആളുകൾക്ക് ഇരിക്കാന് കച്ചിയിട്ടു കൊടുക്കും. അപ്പോ മുതിർന്ന ഊരാളികള് കൊഴലു വിളിച്ചു കൊണ്ടേയിരിക്കും. തെറ്റുകണ്ടാല് മൂപ്പനോട് ചിലർ പരാതി പറയാൻ ഓടിവരും. അപ്പോ തിരുത്തിക്കും. രാവിലെ എല്ലാവർക്കും ദോശയും,കാപ്പിയും കൊടുക്കും. അതും എഴുപത് കുടുംബക്കാരുടെ വകയാണ്. ആ സമയത്ത് മൂപ്പന്റെ കോളനീലെ പേരക്കുട്ടികളെ വട്ടക്കളികളിപ്പിക്കാനായി കൊണ്ടുവരും. അവരെ ഊരാളികളാണ് കളിപഠിപ്പിക്കുന്നത്. അത് നേർച്ചയാണ്. ഊരാളികള് കുട്ടികളെ തോളിലേറ്റി തുള്ളിക്കാണ്ടേയിരിക്കും. ചില കുട്ട്യോള് നിർത്താതെ കരയും. കളി പഠിപ്പീരിന് മൂപ്പൻ പ്രത്യേകം വെറ്റിലകൊടുക്കും ഊരാളികൾക്ക്.

‘തിരുമത്ത് ഉച്ചാലിക്ക് കളാത്ത്നിന്നെ കളിപ്പിക്കാം.’ ..... എന്നാവും നേർച്ച. അതിന് മക്കളെ കിട്ടാത്തോരുണ്ടാകും, രോഗം മാറാത്തോരുണ്ടാകും. ഊരാളികള് കളിനിർത്തുമ്പോഴ് കളാത്തിക്കേറി നാങ്ങ പിന്നെ കളിക്കും. ഉച്ചാലിന് വൈകിട്ട് അഞ്ചു മണിക്ക് കളിനിർത്തുമ്പോ മദിപ്പുരേല് തേങ്ങാ ഉടക്കല് നേർച്ച തുടങ്ങും. അപ്പോളേക്കും പാക്കത്തെയ്യം താഴെക്കുടീന്ന് പിന്നേംവരും. വന്നാല് പാക്കത്തെയ്യം കുടീലെ കാർന്നോന്മാരോട് ഞായം ചോദിച്ചു തുടങ്ങും.

‘നാട്ടു നടപ്പു പ്രകാരം കളിനിർത്തട്ടെ?’

'യാക്കതിന്സന്തോഷം അടുത്ത ഉച്ചാലുക്കുവരേംയെല്ലാം നാങ്ങ ഒരുക്കും.' മൂപ്പൻ മറുപടി പറയും.

പിന്നെ ഊരാളികൾക്ക് കൂലിയായി നെല്ല് അളന്ന് കൊടുക്കും. അതും എഴുപത് വീട്ടുകാരുടെ വകയാണ്. ഒരു വീട്ടീന്ന് അഞ്ച് കുളകം നെല്ല് (ഒരു പറ)ഉള്ളത് മുഴുവൻ അവർക്ക് വീതം വെക്കും. ഇനി ഒരു സേറാണങ്കിലും അത് വീതിക്കും. കുറഞ്ഞാൽ ചോദിക്കുന്നത് തെറ്റാണ്. നെല്ല് കിട്ടാൻ വേണ്ടി ഊരാളികള് കൂട്ടമായി എത്താറുണ്ട്. പൈസ കൊടുക്കില്ല അത് തെറ്റാണ്. കാരണം കാർന്നോന്മാര് ഉണ്ടാക്കിവച്ച നിയമം നാങ്ങ തെറ്റിക്കില്ല. ഊരാളികളുടെ മൂപ്പനാണ് നെല്ലളക്കുക. കുടിലുള്ളോര് നോക്കി നിൽക്കും. ഊരാളികള് പോയിക്കഴിഞ്ഞാല് മദിപ്പുരേലെ ബാക്കിയുള്ള തേങ്ങാമുറിയും, വെല്ലവും കുടീക്കാര് തിന്നാനെടുക്കും. വിശ്വാസമുള്ള ആർക്കും തേങ്ങാ നേർച്ചകൊടുക്കാം, മൂപ്പൻ നിയമിക്കുന്ന തറവാട്ടിലെ കുട്ടിയാണ് തേങ്ങായുടച്ച് മദിപ്പുരേല് കേറ്റേണ്ടത്.

വൈകുന്നേരം പണ്ണാരമെണ്ണുന്ന ഏർപ്പാടുണ്ട്. പണ്ണാരമെന്നുവച്ചാല് പേളയാണ്. നാലു മൂലയും അടപ്പുമുള്ള ഈറ്റകൊണ്ടുണ്ടാക്കിയ കുട്ട. അതിലാണ് നേർച്ചത്തുട്ടുകള് വന്നുവീഴുക. ചിലപ്പോള് പേള നിറച്ചും നാണയത്തുട്ടുകളുണ്ടാകും. അതുകഴുകി തുണിയില് കെട്ടി ദൈവപ്പുരേല് സൂക്ഷിക്കും. ഇപ്പോഴാണ് ദൈവപ്പുരേലെ ആവശ്യത്തിനൊക്കെ നാങ്ങ നേർച്ച എടുത്തു തുടങ്ങീത്. കഴിഞ്ഞകൊല്ലം പണ്ണാരം ആരോ

കുറുമരുടെ വട്ടക്കളി

കട്ടോണ്ടുപോയിരുന്നു. പണ്ണാരമെണ്ണലോടെ ഉച്ചാല് അവസാനിക്കും. പിന്നെ അടുത്ത ഉച്ചാല് വരെക്കും നോക്കിയിരുപ്പാണ് കുടീല് മക്കള്.

(കിരാതന്റെ രൂപമെടുത്ത് നായാട്ടിനുപോയ ശിവനെയാണ് മുള്ളുക്കുറുമർ പാക്കത്തെയ്യമായി കെട്ടിയാടുന്നത്. ഈ വേഷം കൽപ്പറ്റ-മുട്ടിലിനടുത്ത് പാക്കം എന്നസ്ഥലത്ത് കെട്ടിയാടിയപ്പോൾ പാക്കത്തെയ്യമായി എന്നും, പിന്നീടത് തിരുമുഖത്ത് കെട്ടിയാടിയപ്പോൾ ആ പ്രദേശവും പാക്കത്തെയ്‌വത്തിന്റെ നാടായ പാക്കം ആയി മാറി എന്നും കഥ. ദൈവം ഏതാണെങ്കിലും ഒരു പുരതന്നെ ആ മൂർത്തിക്കു വേണ്ടി കെട്ടിയുണ്ടാക്കി ആരാധിക്കുന്ന രീതിയാണ് ഈ വിഭാഗത്തിനുള്ളത്.)

ഉച്ചാൽ നായാട്ട്

രണ്ടാം തിയ്യതി ഉച്ചകഴിഞ്ഞ് നാങ്ങ എഴുപതു കുടീലെ ആളുകളും കണ്ടീലേക്ക് (കാട്ടിലേക്ക്) പ്രവേശിക്കും ഉച്ചാൽ നായാട്ടിനായി. ഒരു കുടീലെ ഒരാളെങ്കിലും നിർബന്ധമാണ് നായാട്ടിന്. എല്ലാവരും അമ്പും വില്ലും കയ്യിൽ കരുതും. ആ സമയം കുടീലെ ഏതെങ്കിലും കുട്ടിക്ക് നേർച്ചയുണ്ടങ്കിൽ പപ്പില് വച്ച് മുടിചെരക്കല് നടത്തും. (പപ്പ്: ഇറച്ചിമുറിക്കാനും,വേട്ടക്കാരെ നോക്കാനും മൂപ്പൻ കാത്തുനിൽക്കുന്ന സ്ഥലം. അത് കോളീമരച്ചുവടോ, ആലുമ്മച്ചുവടോ ആവാം) കണ്ടീക്കേറുമ്പോള് എത്ര ചെറിയകുട്ടിക്കും അമ്പും വില്ലും നിർബന്ധമാണ്. മുണ്ടും കോടിയുമുടുത്തോണ്ട് അവറ്റാള് മൂപ്പന് വെറ്റിലയും അടക്കയും കൊടുത്ത് തൊഴണം. അന്ന് ആ കുട്ടിയുടെ പേരിലായിരിക്കും നായാട്ടുത്സവം നടത്തുക. കുട്ടിയെ തിരിച്ച് വീട്ടിലേക്ക് അയച്ചാല് നായാട്ടുകാര് കാട് അരിച്ചുപെറുക്കി മൂന്നോട്ട് നീങ്ങും ഇറച്ചിക്കായി. ഏതെങ്കിലും മരത്തിന്റെ അടയാളം വച്ചാണ് നായാട്ടുകാര് നീങ്ങുക. കവിളുമാങ്ങാ മരം, ആമിയോര മരം, വീട്ടിക്കൂട്ടം, മുള്ളൻങ്കടമ്പ് ഇങ്ങനെ പലതുമുണ്ട് .... ഇറങ്ങിയാല് ഇറച്ചികിട്ടാതെ കൂടീലേക്ക് മടങ്ങുന്ന പതിവ് നാങ്ങക്ക് ഇല്ല. അന്നത്തെ മൂപ്പൻ ആരാണോ അയാള് പറയും.. മുള്ളൻങ്കടമ്പ് കണ്ടിക്ക് ബെയ്ക്ക്, മേട്ടിക്കല്ല് കണ്ടിക്ക് ബെയ്ക്ക് ഇതൊക്കെ നായാട്ടിന്റെ അതിരുകളാണ്. ഇങ്ങനെ പലതുണ്ട്; കുള്ളമ്പെട്ട്, നാട്ടങ്കല്ല്. ഇനി അതിരിനപ്പുറത്തേക്ക് പോയാൽ തെറ്റാണ്. അത് വേറെ കോളനിക്കാരുടെ കണ്ടിയാവും. ഏതാണ്ട് എട്ടുപത്ത് കിലോമീറ്ററൊക്കെ നാങ്ങയുള്ളിലേക്ക് പോകും.

നാട്ടങ്കല്ലിനപ്പുറം ചെറിയമല മൂപ്പന്റെ കണ്ടിയാണ്. മറ്റൊന്ന് കുറിച്ചോത്ത് മൂപ്പന്റെ കണ്ടിയാണ്. ഇങ്ങനെ നായാട്ടിനു വേണ്ടി നാങ്ങ അതി

രിട്ട സ്ഥലങ്ങളാണ് പാതിരി,വേമം,നെയ്ക്കുപ്പ ഇതൊക്കെ. ഫോറസ്റ്റ് ഉദ്യോഗസ്ഥന്മാരെ പേടിപ്പിക്കാനോ ചോദ്യം ചെയ്യാനോ പാടില്ലന്നാണ് കാട്ടിലെ നിയമം. കാട് നാങ്ങടെയെങ്കിലും ഉദ്യോഗസ്ഥരെ അനുസരിക്കാതെ മുന്നോട്ട് പോകുന്ന പതിവ് നാങ്ങക്കില്ല. നായാട്ടിന് കൂട്ടക്കാരെ രണ്ടായി തിരിച്ചു വിടും: കടവുകാരും, തേട്ടക്കാരുമായി. കടവുകാര് പമ്മി പമ്മി കാടുകുലുക്കാതെ മുമ്പോട്ടുപോകും നിശ്ചയിച്ച പല പല അതിരുകളിലേക്ക്. അവർ അതിരിലെത്തി വില്ലുകുലച്ച് കാത്തു നിൽക്കുമ്പോള്,തേട്ടക്കാര് നായകളുമായി കാടിളക്കി ഇറച്ചി ഓടിച്ചുകൊണ്ടു വരും. പത്ത് നൂറ് പേര് പല ഇടങ്ങളിൽ കണ്ടി വളഞ്ഞാവും അന്നേരം നിൽക്കുക. മൃഗം എതിലെ പോയാലും നാങ്ങ വീഴ്ത്തും. ആന വരുമ്പോഴാണ് പ്രശ്നം. അപ്പോ നാങ്ങ മരത്തുമ്മേക്കേറും. ചിലപ്പോ പുലിയും വരും. അതിനെ അയിന്റെ വഴിക്ക് വിടും. കൂരൻപന്നിയും,മാനും മുയലും കാട്ടാടുമൊക്കെ വന്നാല് നാങ്ങ വീഴ്ത്തും.

അപകട മൃഗം വന്നാല് നായ നിർത്താതെ കുരച്ചുകേറും. അപ്പോഴാണ് മരത്തുമ്മേക്കേറുക. ഒരു കണ്ടിയിൽ ഇറച്ചികിട്ടിയില്ലേൽ അടുത്തകണ്ടിലേക്ക് പോകും. കാട് തല്ലിപ്പൊളിച്ചടിച്ച് തേട്ടക്കര് കേറുമ്പോള് പന്നികള് ചീറിപാഞ്ഞാവും വരിക. ചിലപ്പോൾ നൂറും ഇരുനൂറും പന്നികളാവും കൂട്ടമായി ചീറിവരുക. തേറ്റകൊള്ളാതിരിക്കാനാണ് നാങ്ങ മരത്തുമ്മേക്കേറി നിന്ന് എയ്യുക. ഇറച്ചികിട്ടിയാല് കൂക്കി കൂക്കി മൂപ്പൻ

ഉച്ചാൽ നായാട്ട്

നിൽക്കുന്ന പപ്പിലേക്ക് വരും. പിന്നെ കിട്ടിയ മൃഗത്തിന്റെ തോലുരിച്ച് മുറിച്ച് നുറുക്കി വീതം വയ്ക്കും. മുന്നൂറ് ആളുണ്ടങ്കിലും വീതം വയ്ക്കും അതാണ് നിയമം. അതുകൊണ്ട് ഇതിനെ 'മുന്നൂറ് വെപ്പ്' എന്നും പറയും. വിരുന്നു വന്നവർക്ക് മൂപ്പന്റെ വക രണ്ടുകഷണം കൂടുതല് കൊടുക്കും. പകുത്ത് കഴിഞ്ഞാല് പപ്പീന്ന് ആളയച്ച് അടുത്ത കളിക്കാരെ മൂപ്പൻ ഏർപ്പാട് ചെയ്യും. രാത്രി എത്രവൈകിയാലും ഇറച്ചിതിന്ന് വെള്ളം കുടിച്ചാലേ കൂട്ടക്കാര് കിടക്കൂ. ഉച്ചാലിന് അലങ്കാരങ്ങളൊന്നും ഉണ്ടാവൂല്ല. ഉയരുന്ന പൊടി പടലം എത്ര തിന്നാലും കൂട്ടക്കാർക്ക് ഒരസുഖവും ഉണ്ടാക്കൂല്ല. ക്ഷേത്രാചാരങ്ങൾ പോലെ തന്നെയാണ് നാങ്ങടെ ആചാരവും. കുറുമർക്ക് ഒരുപാട് നായാട്ടുകളുണ്ടായിരുന്നു. തുലാപ്പത്ത് നായാട്ട്,കല്ല്യാണ നായാട്ട്,വിഷുനായാട്ട്, പതിമൂന്നുകെട്ട്.. ..ഇപ്പോ നായാട്ടുകൾ ഒന്നും നടത്താറില്ല. നാല് വർഷം മുമ്പ് ഫോറസ്റ്റ്ഉദ്യോഗസ്ഥന്മാർ കാട്ടീന്ന് നാങ്ങടെ അമ്പും വില്ലുമൊക്കെ പിടിച്ചെടുത്ത് വഴക്ക് പറഞ്ഞു വിട്ടു.

'എനിക്കാട്ടിക്കേറിയാല് ജയിലിക്കേറ്റുമെന്ന്.'

അന്ന് നാങ്ങപറഞ്ഞു കാട് നാങ്ങടെയാണ്, നായാട്ട് നാങ്ങടെ ആചാരമാണ്, നാങ്ങ പകല് നായാട്ട് മോഷണമല്ല എന്നൊക്കെ. അപ്പം ഉദ്യോഗസ്ഥര് പറഞ്ഞു. നായാട്ടിന് സർക്കാര് അനുമതിയില്ലന്ന്. പിന്നെ നാങ്ങ യത് നിർത്തി. ഇപ്പോ സർക്കാര് നായാട്ട് അനുവദിക്കണമെന്നൊക്കെ പറഞ്ഞ് നാങ്ങ അപ്പില് കൊടുത്തിട്ടുണ്ട്. പന്നികള് പെറ്റ്പെരുകി നാങ്ങടെ കൃഷിയും മറ്റും തിന്നുതീർക്കയാണ്. കാട്ടില് പന്നികൂടിയാല് കാടുമുടിയും. പകല് പന്നികള് കൂട്ടമായി മണ്ണിന്റെ ചൂടുതട്ടി കണ്ടിക്കിടന്ന് ഉറങ്ങും. രാത്രീല് കപ്പേം ചേമ്പും തിന്നാനായി അവറ്റാള് തോട്ടത്തിക്കേറും. നേരത്തേ പടക്കം വച്ച് അവറ്റാളെയൊക്കെ ഓടിക്കുമായിരുന്നു. പണ്ട് കുടിയേറ്റക്കാര് മനോലക്കല്ല് മുട്ടവെള്ളേല് കുഴച്ച് വർണ്ണക്കടലാസില് പൊതിഞ്ഞ് ചീഞ്ഞ ഇറച്ചി ചുറ്റി പന്നിക്ക് വെക്കുമെന്നൊക്കെ കേട്ടിട്ടുണ്ട്. പന്നി കടിച്ചാല് അപ്പോ തെറിക്കും തല. അന്നുംമിന്നും നേരായവഴീലെ നാങ്ങ ഇറച്ചി വീഴിച്ചിട്ടുള്ളൂ. ഇപ്പോ എല്ലാ കുറ്റമാണ്,കാട്ടിക്കേറുന്നതു വരെ.

അന്ന്,നായാട്ടിന് പോയി ഇറച്ചി കിട്ടിയില്ലേല് തിരിച്ചുവന്ന് പാക്കത്തെയ്യത്തിനോട് ആവലാതി പറയുമായിരുന്നു.

"ഇന്നെന്താ മക്കക്ക് ഇറച്ചികാട്ടി കൊടുക്കാത്തെ?നായാട്ടിക്ക് പോയിട്ടെന്താണ് മക്കാമാരി ബെറുകയ്യായത്?"

പാക്കത്തെയ്യം പറയും .... "പണ്ടത്തെപ്പോലെ കാട്ടിലൊന്നുമില്ല നാട്ടാര് ഇറങ്ങിട്ടുണ്ട്,അതോണ്ടാ ഇറച്ചി വില്ലിനടിയേ പായാത്തേ. കമ്പും

കുഴിയും താണ്ടി ആനബെന്നീക്കിണി മക്കാമാരിക്ക് സെമയം ആയിട്ടില്ല. പത്തുനായിടെ തലയും പത്തുമക്കടെ ബായും കൂട്ടികെട്ടാനാവൂല്ലല്ലോ അതോണ്ട് ക്ഷമിക്കീ....കാട്ടിലുണ്ടങ്കി മക്കാമാരിക്ക് ഇറച്ചി തൈവം കൊടുക്കും. ''

അങ്ങനെ പാക്കത്തെയ്യം പറഞ്ഞാല് കാർന്നോന്മാർക്ക് ആശ്വാസായി.

അന്നൊക്കെ ധാരാളം ഇറച്ചി കിട്ടുമായിരുന്നു കാട്ടീന്ന്. ആവശ്യത്തിനുള്ളത് ചുട്ടു തിന്നിട്ട്, ബാക്കിയുള്ളത് കെട്ടിത്തൂക്കിയുണക്കും. കറി ഒന്നുമില്ലാതാകുമ്പോള് ഉണക്കയിറച്ചി ഉരലിലിട്ട് ഇടിച്ച് പൊടിച്ച് വെളിച്ചണ്ണയില് മൂപ്പിച്ചെടുത്ത് കൂട്ടും. പുഴമീനും അതുപോലെ ഉണക്കിവയ്ക്കും. ഞായറ്,വെള്ളി, ചൊവ്വദിവസങ്ങളിലേ നാങ്ങ നായാട്ടിന് പോകാറുള്ളൂ.

ചാലി (മീൻപിടുത്തം)

ഉച്ചാൽ തുടങ്ങുന്നേനു തലേന്ന് പകലും രാത്രിയുമാണ് കുറുവാപ്പുഴക്ക് കുറുകെ ചാലി കെട്ടിയിരുന്നത്. അന്ന് ഊരിലെ കൂട്ടക്കാരെല്ലാം കുറുവാപ്പുഴതീരത്ത് ഉത്സവാഘോഷം പോലെ കൂടുമായിരുന്നു. മൂപ്പൻ അവരെ നാലായി ഭാഗിച്ച് നാലതിരിലേക്കും തിരിച്ചുവിടും. വീതികുറഞ്ഞസ്ഥലം നോക്കി പുഴക്ക് കുറുകെ കുറ്റിനാട്ടി ചപ്പ് പുതപ്പിച്ച് മണ്ണിട്ട് കെട്ടും. പുഴതിരിഞ്ഞ് അടുത്ത ചാലിലേക്ക് പോകുമ്പോഴ് ഒഴുക്ക് നന്നായിട്ടുണ്ടാകും. ഒഴുക്കിൽ മീൻകൂട കെട്ടിവക്കും. കെട്ടിനു താഴെയുള്ള കെട്ടുവെള്ളത്തിലും മീൻ കുടുങ്ങും. ചെത്തിലക്കൊടി,തോടൻ വള്ളി,കാരക്കാമൂടാ.. ഇതിലേതെങ്കിലും വള്ളി കല്ലിലിടിച്ച് പിഴിഞ്ഞ് നഞ്ചുണ്ടാക്കി കെട്ടുവെള്ളത്തിൽ കലക്കും. കാരക്കമൂടേൻ കായപൊട്ടിച്ച് അത് തുണിയില് കെട്ടിയാണ് വെള്ളത്തില് കലക്കുക. മീനുണ്ടങ്കി മയങ്ങി പൊങ്ങും. തലമേലെ പൊന്തിയാല് നായാട്ടുകാര് നൂലുകെട്ടിയ കത്തിയമ്പയയ്ക്കും. അല്ലെ കത്തിക്ക് വെട്ടി മീനെടുക്കും. നീരിന് വിഷമില്ലാത്തകൊണ്ട് മീൻ ചാകൂല്ല. അമ്പുകൊണ്ടമീൻ വെള്ളത്തിലൂടെ പമ്പരം പോലെ പായുമ്പോള് നൂലേലുള്ള തരി കിടന്ന് കറങ്ങുന്നത് ചെറുപ്പത്തിലെ നോക്കിനിന്ന് രസിച്ചിട്ടുണ്ട്. പൊക്കുമ്പോൾ ചെമ്പല്ലിയോ മുഷിയോ പൊങ്ങും. കിട്ടിയതിനെ മൊത്തമായി വീതംവെക്കും പിന്നതിനെ വെട്ടിമുറിച്ച് തേച്ചുകഴുകിയാണ് കുടീലെത്തുക. ഇങ്ങനെ ചാലി കെട്ടികെട്ടിയാണ് കുറുവാപ്പുഴ പിരിഞ്ഞ് പിരിഞ്ഞ് ദ്വീപുകളായതെന്ന് കാർന്നോന്മാര് പറയാറുണ്ട്.

കാപ്പിമൂപ്പൻ ചിരിച്ചു. ആവേശത്തിന്റെ ഓർമ്മ കൂട്ടുകളാൽ അടക്കാ

ഉച്ചാൽ ചാലി

നുറുക്കുകൾ അപ്രത്യക്ഷമായിക്കൊണ്ടിരുന്നു.

ചാലിക്ക് നേർച്ചയുള്ള ചെറിയപെങ്കുട്ടികളേയും കൊണ്ട് കുറുവപ്പുഴയിലേക്ക് പോകുന്ന പതിവുണ്ടായിരുന്നു. കുമ്പാരകല്ലിൽ പെൺകുട്ടികളെ ഇരുത്തി മുടിചെരച്ച് രണ്ടു തുള്ളി കൈജലം വായിലും, നിറുകയിലും ഇറ്റിക്കും. ഭാവിയില് പെങ്കുട്ട്യോൾക്ക് നല്ല ചെക്കനെ കിട്ടാനും, കാലിരോഗങ്ങളെ ചെറുക്കാനുമാണ് ചാലി നേർച്ച. കുറുവയെപ്പോലെ ഔഷധ സസ്യങ്ങളുടെ മണവും രുചിയും കലർന്ന ജലം നുകർന്നാൽ മതി രോഗം മാറാൻ. അതാണ് വിശ്വാസം. ആ സമയത്ത് പെൺകുട്ടികളുടെ അഛനും, അമ്മയും ചേർന്ന് മൂപ്പന് വെറ്റിലക്കൂട്ട് ദക്ഷിണനൽകുന്ന പതിവുണ്ട്.

അന്നേരമൊക്കെ തലതിരിഞ്ഞ് ഒഴുകുന്ന പുഴയിലും,കെട്ടുവെള്ളത്തിലും കുട്ടികള് മീനുകളെ നോക്കി കൂക്കുന്നതും, വെള്ളത്തിലേക്ക് ചാടിതിമർക്കുന്നതും മൂപ്പൻ ഓർമ്മയിൽ പരതി പറഞ്ഞു.

ഇരുളടഞ്ഞ മരക്കാടുകൾക്കിടയിലൂടെ വവ്വാലുകൾ പകലും പറക്കുന്നത് കുറുവാദ്വീപിലാണ്. അനേകം പക്ഷി സസ്യ ജനുസുകളുടെ ജൈവസങ്കേതമായ കുറുവാദ്വീപ് സഞ്ചാരികളെ കൊണ്ട് നിറയുമ്പോഴും തങ്ങളുടെ നായാട്ടും ചാലിയും നിഷേധിക്കപ്പെട്ട വർത്തമാന കാലത്തിന്റെ നെഞ്ചിടിപ്പുമേറ്റി മൂപ്പൻ അല്പം നിശബ്ദനായതുപോലെ തോന്നി.

കല്ല്യാണനായാട്ട്

ഉച്ചാൽ നായാട്ടുപോലെ പ്രധാനപ്പെട്ട മറ്റൊരു നായാട്ടാണ് കല്ല്യാണനായാട്ട്. തുലാപ്പത്ത് (പുത്തേരി)നായാട്ട്, വിഷുനായാട്ട് ഇവയൊക്കെ പണ്ടുണ്ടായിരുന്നെങ്കിലും കല്ല്യാണ നായാട്ട് കുടുംബങ്ങളെ ആശ്രയിച്ചാണ് നടത്തിയിരുന്നത്. കല്ല്യാണച്ചടങ്ങിന് തലേന്ന് ഇഷ്ടപ്പെട്ട വിഭവങ്ങൾ ഉണ്ടാക്കുന്നതിന് വേണ്ടിയാണിത്. പക്ഷെ പുതിയകാലത്ത് കാട് അന്യമാകുന്നതോർത്ത് കുടീലുള്ളോര് വിഷമിക്കുന്ന കാര്യവും കാപ്പി മൂപ്പൻ പറഞ്ഞു.

കല്ല്യാണനായാട്ട് മൂന്നു ദിവസമാണ് സാധാരണ കൊണ്ടാടുക. വെറ്റില-അടയ്ക്ക കാർന്നോന്മാർക്ക് കൊടുത്തുകഴിഞ്ഞാല് ബന്ധുവനായാട്ടിനു തുടക്കമായി. പിന്നെ, ആളുകൂടൽ നായാട്ട്, അടുത്ത ദിവസം കെട്ടിക്കൽ ചടങ്ങ്, ഇങ്ങനെയാണത്.. ഈ സമയം ചെറുക്കന്റെയും പെണ്ണിന്റെയും വീട്ടില് കോൽക്കളിയുണ്ടാകും.

കഥ പറച്ചിലിന്റെ താളവും, രസവും ഇഴചേരുമ്പോൾ ഇടയ്ക്കിടെ ചിലപാട്ടുകളുടെ നുറുങ്ങുകളും മൂപ്പൻ മൂളി.

കരിമുഖവൻ ഗണപതി വരിക.
തവനടുവിൽചില കോൽക്കളികണ്മാൻ
മഞ്ചുളവാണികരാസുതി എഴുന്നൻ
കോൽക്കളിയും തുനിയംകുഴൽവിളിയും
കോലുടവായി വചനംതൊഴുതിടുവേൻ
ഗുരുപരനമരിസുതന്മാർഅമരജരാതികളെ തൊഴുതിടുവേൻ
കഞ്ഞതിലോചനേയായൊരുകൃഷ്ണൻ
കളി വിളയാടുക ഞങ്ങടെയരങ്ങിൽ
കാണികളും കളിയാടുകളുമായ്
കൂടിതാപ്പുകൾ തപ്പുതൊഴുന്നേൻ.

അളുക്കുവെള്ളം കോളാമ്പിയിലേക്ക് ഇടയ്ക്കിടെ നീട്ടി തുപ്പിതുപ്പിയാണ് മൂപ്പൻ പാടിയത്.

കല്ല്യാണമുറപ്പിച്ച് കഴിഞ്ഞാലാണ് ബന്ധുവനായാട്ട് തുടങ്ങുക. ബന്ധുവനായാട്ടിനു വെറ്റില ചെറുക്കന്റെ വകയാണ്. മൂപ്പനതു വാങ്ങി താഴെക്കുടീലുള്ളോർക്കും നൽകണമെന്നാണ് നിയമം. അതിനുശേഷമേ അവരെ കണ്ടീലേക്ക് പറഞ്ഞുവിടൂ. ഏതാണ്ട് നൂറ് പേരുണ്ടാകും കണ്ടിക്ക് പോകാന്. ഇറച്ചികിട്ടിയാല് പപ്പില് വച്ച് മുറിച്ച് കൂട്ടക്കാർക്ക് വീതിച്ചു കൊടുക്കും. രാത്രീല് ഇറച്ചി വേവിച്ച് തിന്നുകഴിഞ്ഞാല് ബന്ധുവ

നായാട്ട് കഴിഞ്ഞു. ചടങ്ങില് പെണ്ണിനെ കൊടുക്കലും, കൊണ്ടുവരലും, താലി ചാർത്തലുമൊക്കെ ആചാരപ്രകാരംതന്നെയാണ് നടത്തുക. രണ്ടു വീടുകളിലും രാത്രിമുഴുവൻ കോൽക്കളിയുണ്ടാവും. പന്ത്രണ്ടോ പതിനെട്ടോ പേരടങ്ങുന്ന സംഘമാണ് മുറ്റത്ത് നിലവിളക്കു കൊളുത്തി വച്ച് കോൽക്കളിആഘോഷമാക്കുന്നത്. ബന്ധുക്കളൊന്നും അന്ന് ഉറങ്ങില്ല. അന്ന് ചെറുക്കന്റെ അഛന്റെ വക ചാരായമുണ്ട് കൂട്ടക്കാർക്ക്. അത് കഴിച്ച് ഉന്മാദപ്പെട്ടാണ് പാട്ടും, കോലടിയും, ചുറ്റലും തുടരുക. ചാരായം ദൈവത്തിന് കൊടുക്കുക എന്നാണ് നാങ്ങ അതിന് പറയുക. നേരം വെളുക്കുമ്പോള് കളികഴിഞ്ഞ് മയങ്ങി മുറ്റത്തുകിടക്കുന്ന കൂട്ടക്കാരെയാണ് കാണുക.

പിറ്റേന്ന് ആളുകൂടൽ ചടങ്ങാണ്. ചെക്കന്റെ വീട്ടീന്നാണ് അന്ന് ഭക്ഷണം. മൂപ്പൻ എല്ലാവർക്കും ചെറുക്കന്റെ വക മുറുക്കാൻ കൂട്ട്കൊടുത്ത് കണ്ടീലേക്ക് പറഞ്ഞുവിടും. അന്നത്തെ ഇറച്ചി പങ്കുവെക്കില്ല. കല്ല്യാണസദ്യക്ക് കൊടുക്കാനാണത്. പെണ്ണുവീട്ടില് അന്നു രാത്രി കാതിലയും വളയും പെണ്ണിനെ അണിയിക്കലാണ് അമ്മാവന്മാരുടെ പണി. അതു കഴിഞ്ഞ് ചോറും കറിയും വിളമ്പും. പത്തിരുന്നൂറ് ആളുകൾക്ക് വെച്ച് വിളമ്പണം പെണ്ണുങ്ങള്. അന്ന് രാത്രിയാണ് കഥപറച്ചില് നടക്കുക. ഒരുകൂട്ടര് പാണ്ഡവരുടെ വീരപരാക്രമങ്ങള് അക്ഷരശ്ളോകംപോലെ പാടിപുകഴ്ത്തുമ്പോഴ്, മറ്റേക്കൂട്ടര് കൗരവരെക്കുറിച്ചാവും പാടുക.

അർജുനൻ ..സാരഥിയായ്.... തേർതെളിച്ചു....
പോർക്കളം.. തന്നിൽ നിന്ന് ...വിഷ്ണുമൂർത്തി...
അരിമയോടെ ... ആദരിച്ചുകേൾപുത്രാ....
എൻധർമ്മം...പടനയിച്ച് പാണ്ഡവർ വിജയിയാലെ ആർത്തടുത്തൂ...
പോർക്കളത്തിൽ യുദ്ധം ചെയ്ത്....

പിറ്റേന്ന് രാവിലെ കാപ്പിയും ദോശയും കഴിച്ച്, മുറുക്കുന്നോർക്ക് വെറ്റില അടക്കയും കൊടുക്കണം. പിന്നെ കാട്ടിലൂടെ നടന്ന് പെണ്ണിനെ കൊണ്ടുവരാനുള്ള പോക്കാണ് ചടങ്ങ്. പെണ്ണിന്റെ കുടി (വീട്)അധികം ദൂരത്താണങ്കിൽ ചെറുക്കൻ കൂട്ടര് വെളുപ്പിനെ യാത്രയാകും. പെണ്ണുവീട്ടിലും വലിയ ചടങ്ങാണ്. മാനന്തവാടിയോ, ബത്തേരിയോ ആണങ്കിൽ വൈകുന്നേരമാകും പെണ്ണുവീട്ടിലെത്തുക. അവിടെ കോൽക്കളിക്കാര് കാത്തുനിപ്പുണ്ടാകും ചെക്കൻകൂട്ടരെ കാത്ത്. 'കെട്ടിക്കയറ്റം മൂന്നുപടിയും, കെട്ടിയിറക്കം നാലുപടി' എന്നാണ് ചൊല്ല്. സാധാരണ പെണ്ണു വീട്ടിലാണ് കെട്ടിക്കേറ്റം നടക്കുക. അന്നേരമൊരു കോൽക്കളി പാട്ടുണ്ട്.

തുടങ്ങീതു പാണവർക്കളി
അതുമേളമായി സുഖമോടു ഐവര്
നല്ലവിളക്കും തെളിയിച്ച് ചോദിച്ച ദിവസോ
നല്ല ഞായറാഴ്ച്ച ദിവസം
നൽ ഏഴരനാഴികയ്ക്ക് കുളിച്ചങ്ങനെ നോറ്റവർ
മാറ്റിപ്പകർന്നല്ലോ
അവിടെയാടിപ്പാടിനല്ലക്രീഡകളും ചെയ്ത് തമ്പിയും
ധർമ്മനും ഭീമവിചാചേനും പട്ടും പൊൻ വളയും സമ്മാനിച്ചങ്ങനെ
പന്തൽപാണിചെയ്ത വിശ്വകർമ്മാതികളും...

പിറ്റേന്ന് നാങ്ങ പെണ്ണുമായി തിരിച്ച് തറവാട്ട് വീട്ടിൽ എത്തുമ്പോഴേക്കും രാത്രി ചിലപ്പോള് വെളുക്കാറായിട്ടുണ്ടാവും. അന്ന് മണ്ണെണ്ണകിട്ടാനില്ല പകരം പൊത്തയാണ് ഉപയോഗിക്കുക. ഉണക്കിയെടുത്ത മുളചീന്തുകൾ പച്ചമുളയിൽ തിരുകി പന്തമാക്കുന്ന രീതി. ചൂലുകെട്ടുകൾ പോലെയാണ് പൊത്തകൾ കെട്ടുക. രണ്ടും മൂന്നും പൊത്തകൾ ഉണ്ടാകും. ചിലപ്പോൾ വഴിക്ക് കുറുകെ ആനക്കൂട്ടങ്ങൾ തടസ്സം നിൽക്കുന്നുണ്ടാകും. ഒച്ചയിൽ കൂക്കി പന്തം വീശുമ്പോൾ അവറ്റാള് മാറുന്ന വഴിയിലൂടെ നാങ്ങ വേഗം നടക്കും. വഴി നീളെ ആനപ്പിണ്ടം കിടപ്പുണ്ടാകും. അതിന്റെ ചൂര് കുമുകുമാന്ന് അടിക്കും. കൂട്ടത്തിൽ മൂന്നാംമുത്തൻ (കാരണവർ)കാണാംകെട്ടി(മളവാളൻ) മുണ്ടുകാർത്തി എന്നിവരൊക്കെയുണ്ടാകും. ഇവർക്കാണ് സംഘത്തിന്റെ ചുമതല. സംഘത്തിൽ ആളുകൂടിയാലും കുറഞ്ഞാലും മൂന്നാംമുത്തനോടാണ് മൂപ്പൻ കാരണം ചോദിക്കുക. തെറ്റുപറ്റീന്നറിഞ്ഞാല് മൂപ്പൻ കൂട്ടത്തീന്ന് മൂന്നാംമുത്തനെ പുറത്താക്കും. അല്ലേല് പിഴഇടീക്കും. അതാണ് നിയമം. കൂട്ടക്കാർ തിരികെ എത്തുന്നതുവരെ ചെറുക്കൻ വീട്ടിലും കോൽക്കളി നിർത്തില്ല. വന്നാലെ കളി നിർത്തി ഭക്ഷണം കഴിക്കൂ.വന്നാലും പെണ്ണിന്റെ കൂടെ ചെക്കന് നിക്കാനൊന്നും പറ്റില്ല. പെണ്ണിനെ വലിയ പുരയിലാണ് അന്ന് കിടത്തുക. മൂന്നോ നാലോ രാത്രികഴിഞ്ഞാലെ ബന്ധുക്കൾ ഒഴിയൂ. എന്നാലേ ചെക്കന് പെണ്ണിനെ ഒന്നു തൊടാനൊ മിണ്ടാനോ ഒക്കെ തരപ്പെടൂ. പെണ്ണ് വലിയപുരേല് താമസിക്കുമ്പോൾ എന്നും രാത്രി ചെക്കൻ പെണ്ണിന്റെ തലക്കല് പോയി വെറ്റിലക്കൂട്ട് വച്ച് തറവാട്ടു പുരേല് വന്ന് കിടക്കണമെന്നാണ് നിയമം. പിറ്റേന്ന് പെണ്ണിനെ കൂട്ടി ഒരുകുടം വെള്ളത്തിനായി നാത്തൂന്മാരും,മറ്റുസ്ത്രീകളും ചേർന്ന് അന്ന് കൊല്ലീലെ കേണീലേക്ക് കൊണ്ടുപോകും. വെള്ളം വലിയപുരേടെ ഉമ്മറത്ത് കയറ്റി വച്ചിട്ടേ പെണ്ണ് ചെക്കന്റെ തറവാട്ടിലേക്ക് പോകൂ. അന്നും പെ

ണ്ണിന്റെ കൂടെ നിൽക്കാനോ മിണ്ടാനോ ചെറുക്കന് സമയം കിട്ടില്ല. അത്രക്കും ബന്ധുക്കളാവും ചുറ്റിനും. മൂന്നാം രാത്രി ചിലപ്പോൾ കിട്ടും, തൊടാനോ മിണ്ടാനോ. കാർന്നോന്മാര് പറഞ്ഞാല് ചെറുക്കന് പെണ്ണിന്റെ കൂടെ അന്ന് കിടക്കാം.

പിറ്റെന്ന് രാവിലെ പിട്ടുവിരുന്നാണ്. പിട്ടുണ്ടാക്കി കുരുത്തോലയും കെട്ടി മൂന്നാം ദിവസം കൊടുംകാട്ടിലൂടെ പെണ്ണുവിട്ടിലേക്ക് യാത്ര പോകണം. പെണ്ണുവീട്ടുകാർ പാതിവഴിയില് വന്ന് കാത്ത്നിൽപ്പുണ്ടാകും പെണ്ണിനെ കയ്യോടെ വാങ്ങാൻ. 'പിട്ടുകാർ വരുന്നു' എന്നാണ് അതിന് പറയുക. പിട്ടു കൈമാറുമ്പോൾ അവർ തിരിച്ച് ഒമ്പതു പിട്ടുതരും. ജോഡി തരില്ല. ഒറ്റയക്കം പിട്ടുകൾ മാത്രമേ പാടുള്ളൂ. നാങ്ങ അങ്ങനെയാണ് കൊടുക്കുക. അത് കാട്ടരുവീലെ വെള്ളം കൂട്ടി തിന്നാണ് വിശപ്പടക്കുന്നത്. പെണ്ണിനെം ചെക്കനേം അവറ്റാള് കൊണ്ടുപോയാല് അവിടെയും ഒന്നിച്ചു കിടക്കാനൊന്നും ചെക്കനെ അനുവദിക്കില്ല. സാധാരണയായി ഒറ്റമുറിയാവും വീടിന്. വീണ്ടും മൂന്നാം ദിവസം പിട്ടുവിരുന്ന് തിരിച്ചുവരവാണ്. പകുതിവരെ നാങ്ങ കാത്തുനിൽക്കും ഒറ്റയക്കംപിട്ടുമായി. കണ്ടുമുട്ടിയാല് പിട്ടുകള് പരസ്പരം കൈമാറി പെണ്ണിനെം, ചെറുക്കനേം തിരികെയെടുക്കും. തിരികെ വന്നാലാണ് ചെറുക്കനേം പെണ്ണിനേം ഒന്നിച്ചു കിടത്തുക.

പിട്ടു വിരുന്നോടെ ബന്ധം അവസാനിച്ചു. അപ്പോഴേക്കും ആറുദിവസം കഴിഞ്ഞിരിക്കും. അന്നവർ എല്ലാ വീട്ടിലും പോയി വെറ്റില അടക്ക നേർച്ചകൊടുക്കണം. പെണ്ണിന്റെ മേക്കട്ടിക്കകത്ത് വെറ്റിലയുണ്ടാകും, ചെക്കന്റെ തോർത്തുമുണ്ടിൽ അടക്കയും, കക്ഷത്തിൽ ചൂരവടിയും വേണം. ചൂരവടിയില്ലേൽ പോകാൻ പാടില്ല. അത് തെറ്റാണ്. വെള്ളിപ്പിടിയൻ കത്തി, അത് മൂണാമൂത്തനാണ് പിടിക്കുക. കാണാം കെട്ടിയും മിണ്ടുകാർത്തിയും ചെക്കന്റെ ഒപ്പം ഉണ്ടാകും. എന്തെങ്കിലും നഷ്ടം വന്നാല് മൂണാമുത്തി സമാധാനം പറയണം മൂപ്പനോട്. പെണ്ണുങ്ങള് നേർച്ച വാങ്ങുമ്പോള് കച്ചകെട്ടി മാറ് തോർത്തുമുണ്ടിന് മറക്കണം എന്നാണ് നിയമം.

ഒല്ലികെട്ട് (ശവസംസ്ക്കാരം)

കൂട്ടക്കാർ മരിച്ചാല് ഒല്ലിയിൽ (കോറത്തുണി) പൊതിഞ്ഞാണ് ശവം ശ്മശാനത്തിലേക്ക് എടുക്കുക. ഒല്ലിയിൽ നൂല് കോർക്കുന്നത് (ശവത്തുണി കൂട്ടികെട്ടുക)കുലക്കാരനാണ്. കൂടാതെ കൊങ്കിടികെട്ടി അതിൽ

വെറ്റിലയും, കാശും വെക്കും. ബന്ധുക്കള് ശവം കുളിപ്പിച്ച് കൊണ്ടുവന്ന് ഒല്ലിയിൽ പൊതിയും. കുന്നുപോരുന്ന മൂപ്പനോട് (ചെറിയ മൂപ്പൻ)കുലക്കാരൻ കാര്യങ്ങള് നിർദ്ദേശിക്കും. അയാള് അതുപോലെ ചെയ്യും. മരിച്ചയാളെ കുഴിയില് വെക്കുമ്പോള് അയാളുടെ അമ്പും വില്ലും, കത്തിയും കൂടെ വെക്കും. പിന്നെ ഒരു പണം വെറ്റിലയിൽ പൊതിഞ്ഞ് (കാല് ഉറുപ്പിക അഥവാ 25പൈസ) തൊള്ളേലിടും. വസ്ത്രങ്ങളും കൊടുക്കും.എന്നിട്ടാണ് ശവം ശ്മശാനത്തിലേക്കെടുക്കുക. വലിയ മാവിൻചോട്ടിലാണ് ശ്മശാനം. അവിടെയാണ് ശവം കുഴിവെട്ടിമൂടുക. തിരികെ വരുമ്പം അടിയന്തിരം വിളിക്കും. ആണുങ്ങള് ശവോകൊണ്ട് ശ്മശാനത്തിലേക്ക് പോകുമ്പോഴ് പെണ്ണുങ്ങളാണ് ഭക്ഷണൊക്കെ തയ്യാറാക്കുക. അവറ്റാള് കുഴിവെപ്പിന് പോകൂലാ, പോയാല് ദോഷം കെട്ടുന്നാ വെപ്പ്. അവിടെ കൊലക്കാരനാണ് പിതൃകർമ്മത്തിന് കറിവെക്കാനുള്ള കൊല തിണ്ണയിൽ കൊത്തിവെക്കുക. കാർന്നോന്മാര് കൂടിച്ചേർന്നാണ് അടിയന്തിരത്തിന് ദിവസം തീരുമാനിക്കുക. മൂന്ന്, ഏഴ്, ഒമ്പത് എന്നീ ഒറ്റ വരുന്ന ദിവസങ്ങളിലാണ് അടിയന്തിരം വിളിക്കുക. അടിയന്തിരത്തിന് ചോറും സാമ്പാറുമാണ് കൊടുക്കുന്നത്. അന്നേദിവസം മരിപ്പുകാരന് വേണ്ടി നല്ലെണ്ണയിൽ എണ്ണക്കുളി നടത്താൻ കുലക്കാരൻ നിർദ്ദേശിക്കും (കുലത്തിന്റെ അധിപൻ) കണ്ടാമലേന്ന് വരുന്നോര് കുറിച്ചപ്പറ്റേ വന്ന് ചാരംകെട്ടിയ തുണിയില് പൊതിഞ്ഞാണ് നല്ലെണ്ണ കൊണ്ടുവരുന്നത്. കുലക്കാരനാണ് ഇത് എല്ലാവർക്കും തേച്ചുകുളിക്കാൻ വീഴിക്കുന്നത്. എണ്ണതേച്ച് ശുദ്ധിചെയ്താലേ കൂട്ടത്തിക്കൂട്ടല് ചടങ്ങിന് കൂട്ടക്കാർക്ക് ചേരാനൊക്കൂ. എണ്ണക്കുളി നടത്തിയശേഷമേ സ്ത്രീകൾ ഭക്ഷണം ഉണ്ടാക്കാവൂ. അടിയന്തിരം വൈകുന്നേരം നാലുമണി സമയത്താണ് സാധാരണ നടക്കുക. അതു കഴിഞ്ഞാല് കൂട്ടത്തിൽ കൂട്ടുന്ന പരിപാടിയാണ്. അതായത് മരിച്ച ആത്മാവിനെ വിളിക്കുന്ന ചടങ്ങ്. അതിന് പാക്കത്തെയ്യം താഴെക്കുടീന്ന് വരും. മരിച്ച ആള് പെങ്ങടെ ഭർത്താവാണങ്കിൽ കുലക്കാരൻ പറയും.

“പെങ്ങക്ക് തുണയാരുമില്ലല്ലോ..നീയ്യും മക്കളും എന്റെ കൂടെ ഇറങ്ങിക്കോള്ളൂ.” അന്നേരം അവര് പറയും. “ഇറങ്ങൂല്ല ഇവിടെ താമസിച്ചു കൊള്ളാം ...കുഴപ്പങ്ങളൊന്നുമുണ്ടാകില്ല....ആൺതരിയുണ്ട് ..നാങ്ങയും തറവാടികളാണ്.” ......എന്നൊക്കെ.

പിടച്ചിറക്കിയാല് പാക്കത്തെയ്യം പിടച്ചു കേറ്റും വീട്ടിനുള്ളിലേക്ക് എന്നിട്ട് പറയും.“ഇവരെ രച്ചിക്കാന് പാക്കത്തെയ്യമുണ്ടിവിടെ.... ഇവറ്റാള് കുഴപ്പക്കാരല്ല...... ചത്തോരെ നാങ്ങ പായിച്ചു.”

അത്രയുമായാല്,പാക്കത്തെയ്യം തിരിച്ചു പോകും. ഇലച്ചോറ് കാർന്നോന്മാർക്ക് വിളമ്പിയാല് ആ ചടങ്ങും കഴിഞ്ഞു. മരിച്ചത് മൂപ്പനാണേല് അടുത്ത മൂപ്പന്റെ പതിമൂന്നുകെട്ട് കല്ല്യാണത്തിന്റെ ദിവസവും, തിയ്യതിയും പിന്നെയാണ് നിശ്ചയിക്കുക. പുതിയ രാജാവിനെ കോളനിക്കാർ വാഴിക്കുന്നതിനെയാണ് പതിമൂന്ന്കെട്ട് കല്ല്യാണം എന്നു പറയുന്നത്. അതിന് പ്രത്യേക ദിവസം കാർന്നോന്മാര് കൂടി ആലോചിച്ച് തീരുമാനിക്കും. പാക്കത്തെയ്യം അത് പ്രഖ്യാപിക്കും.

പതിമൂന്ന് കെട്ട് കല്ല്യാണം (പോരുന്നനെ വാഴിക്കൽ)

നിത്യവിളക്ക് കൊളുത്തിവച്ചശേഷം മൂപ്പനും മൂപ്പത്തിയും കൂടി വലിയത്തേ (വലിയപുര) കടക്കണം. രാജവാകാൻ കാർന്നോന്മാർ ആളെ നിശ്ചയിക്കുന്നത് ചില കണക്കുകൾ പ്രകാരമാണ്. അതിന് സ്ഥാനമേനിയുണ്ട്. അത് കുലമനുസരിച്ചാണ് വരിക. ചിലപ്പോള് ചെറിയ കുട്ടികള് വരെ പോരുന്നനാകാം. അനിയന്മാര് ഉണ്ടെങ്കിലും കാർന്നോന്മാർകൂടിയിരുന്ന് എല്ലാംതീരുമാനിക്കും. പക്ഷെ നിർബന്ധമില്ല.

കുലങ്ങൾ നാലുണ്ട് വില്ലിപ്പകുലം, വേങ്കടക്കുലം ,കാതികകുലം, വടക്കേകുലം, ഇതിലേതെങ്കിലും കുലത്തിൽനിന്നാണ് പോരുന്നൻ വരേണ്ടത്. കുലം അനുസരിച്ചാണ് മൂപ്പ് തീരുമാനിക്കുക. പോരുന്നനാകുന്ന മൂപ്പൻ ചടങ്ങുകളെല്ലാം കഴിക്കണം. പഥ്യമുണ്ട്, നോമ്പുനോറ്റ് മനസ്സ് ഏകാഗ്രമാക്കണം. എന്നാലെ മൂപ്പനാകാൻ പാടുള്ളൂ. സ്ഥാനം കിട്ടിയാല് വലിയപുരേല് കിടക്കണം. ദിവസവും ഓരോകുടം വെള്ളം വലിയപുരേല് കേറ്റിവെക്കണം. പേരക്കുട്ടികളാണ് കുടത്തിനൊപ്പം കേണീലേക്ക് പോകുക. ഭക്ഷണം അവിടെ തന്നെ വച്ച്കഴിക്കണം എന്നാണ് നിയമം. വെള്ളോംകുടം ഒഴിവാക്കാൻ പാടില്ല. ഒഴിവാക്കിയാല് അത് തെറ്റാണന്നാണ് വെളിച്ചപ്പാടികള് പറയുക. അവിച്ച സത്യമുള്ളോരാണ്. മൂപ്പന്റെ ചിട്ടവട്ടങ്ങള് കൃത്യമായാലേ കൂട്ടകാർക്ക് സത്യമുണ്ടാവൂ എന്നാണ് വിശ്വാസം.

ദൈവപ്പുരേല് ദൈവം കണ്ടാണ് ചടങ്ങുകൾ തീരുമാനിക്കുക. പാക്കത്തെയ്യം അന്ന് ഉറഞ്ഞു തള്ളും. വെള്ളിക്കത്തിയും, കാതിൽ തോടയും അണിഞ്ഞ്,കച്ചയും കെട്ടി മൂപ്പൻ തയ്യാറായി നിൽക്കണം. പാക്കത്തെയ്യം അന്ന് ന്യായം പറഞ്ഞ് പോരുന്നനെ വാഴിക്കുമ്പോള് അവറ്റാളുക്കെല്ലാം മൂപ്പന്റെവക വെറ്റില അടക്കയും വിളമ്പും. ഭക്ഷണവും കൊടുക്കും. ചട

ങ്ങിനിടയിൽ കാർന്നോന്മാര് പട്ട് ചാർത്തികൊടുക്കും മൂപ്പന്. അത്രയു മായാല് സ്ഥാനം ഏറ്റെടുത്തു. ചടങ്ങിന് മുമ്പ് അമ്പും വില്ലുമൊക്കെയെ ടുത്ത് എല്ലാ വീട്ടിലും പോയി കൂട്ടക്കാരെ വിളിക്കണം. മക്കളും പേര ക്കുട്ടികളും കൂടെയുണ്ടാകും. ആരോഗ്യമുണ്ടങ്കില് മൂപ്പനാകുന്നോൻ ഭാര്യേം കൂട്ടും. ഭാര്യയില്ലാത്തോര് കുട്ടികളെയാണ് എല്ലാത്തിനും കൂട്ടുക. "എന്റെ പതിമൂന്ന് കെട്ടിന് മക്കള് ഏഴുപേരും ബന്നു, കൂടെ രണ്ട് ആണു ങ്ങളുമുണ്ടായിരുന്നു." കാപ്പിമൂപ്പൻ പറഞ്ഞു.

പതിമൂന്ന് കെട്ടിന്റെ നായാട്ട് വിശേഷങ്ങൾ

നായാട്ടുവിളിക്കുമ്പോള് കോളനിക്കാര് കൃത്യസമയത്ത് കണ്ടീലേ ക്കെത്തും. കണ്ടീലേക്ക് വന്നവർക്ക് മൂപ്പൻ മുറുക്കാൻ കൊടു ക്കണമെന്നാണ് നിയമം. ഇല്ലെങ്കില് തെറ്റാണ്. മൂപ്പൻ തീരുമാനിക്കുന്ന സ്ഥലത്താണ് കൂട്ടക്കാര് നായാട്ട് നടത്തേണ്ടത്. ഇറച്ചികിട്ടിയില്ലേ ഒരു നായാട്ടു കൂടി വിളിക്കാൻ പാക്കത്തെയ്യം നിർദ്ദേശിക്കും. അപ്പോ പിന്നേം വിളിക്കും നായാട്ട്. നായാട്ടിനുപോകുമ്പോള് കാട് പരിചയം കുറവുള്ളോര് കാർന്നോന്മാര് നിശ്ചയിക്കുന്ന സ്ഥലത്ത് നിൽക്കണം. ദുഷ്ടജന്തുക്കള് വരുകാണേല് കൂക്കി വിളിച്ചു പറയണം. അനക്കംകേട്ടാല് മണം പിടിച്ചു നോക്കണംവല്ല മൃഗങ്ങളുമുണ്ടോന്ന്. പന്നിക്ക് വാസനയുണ്ട്,പുലി ക്കുണ്ട്,കാട്ടുപോത്തിനുണ്ട്,കരടിക്കുണ്ട് ..... ഇതെല്ലാം നങ്ങക്കറിയാം. വെരികിന്, നരിക്ക് ഒക്കെയുണ്ട് വാസന. ആനയുടെ വാസന ഒത്തിരി ദൂരത്തൂന്നേ അറിയാം. ആന മുള്ളിക്കഴിഞ്ഞാല് അതിന്റെ കുത്തല് മണം വായുവിൽ കേറിവരും. കറകേറുന്നപോലുണ്ടാകും നാറ്റം. പന്നിയുടെ വാസന ഏതാണ്ട് ശവത്തിന്റെ നാറ്റം പോലാണ് തോന്നുക. അത് കുറച്ച് ദൂരമെ കിട്ടൂ.

ഞാന് ആനേടെ മുമ്പിലുപെട്ട ഒരു കഥയുണ്ട്....അന്ന് പാതിരി സൗത്ത് മുഴുവൻ തൈതേക്കുകളാണ്. ...നാങ്ങ തേട്ടം കടവിലേക്ക് നായാട്ടുപോയ ഒരു ദിവസം ഇറച്ചികാത്ത് നിക്കുകാരുന്നു. അന്ന് ചെറിയതേക്കുമ രത്തിലായിരുന്നു ഇറച്ചി കാത്തിരിപ്പ്. താഴെ നിന്നാല് പന്നിക്കൂട്ടങ്ങള് ഇളകി വന്ന് ചിലപ്പോള് തേറ്റയിൽ കോർത്തുകൊണ്ടുപോകും. അതി നാണ് മരത്തുമ്മേകേറിയത്. ഇറച്ചിവരുന്ന പാകത്തിന് വില്ല് കുലച്ചു തേക്കുമരത്തിമ്മേലിരുന്നപ്പോഴുണ്ട് ഒരു കുട്ടിയാന കാടിളക്കി പെട്ടന്ന് മുമ്പില്..... പുറകെ മൂന്നെണ്ണം കൂടി വന്നപ്പോളാണ് ഞാന് ഞെട്ടി

പ്പോയത്. മതിലുപോലെ മുമ്പില് നാലാനകൾ. എനക്കെതിരെ ഇല്ലിയമ്പത്ത് ആണ്ടി മൂപ്പൻ മറ്റൊരു തേക്കുമരത്തിലുണ്ട്. കാടിളകിയപ്പോള് നങ്ങ തയ്യാറായി നിന്നതാണ് അമ്പും വില്ലുമായി.

ആനേക്കണ്ട് ഭയന്ന ഞാനന്ന് ചെറിയ തേക്കുമരത്തേന്ന് ഊർന്നു കീഴോട്ട് പോയി. ഓടാനൊന്നും പറ്റീല്ല. ഓട്യാൽ ആന പിടിക്കുമെന്നറിയാം. ആനകള് എന്നെകണ്ട് പെട്ടന്ന് അവിടെനിന്നു.ഞാൻ വിറച്ചോണ്ട് ഗുളികമുത്തപ്പനെ വിളിച്ചു. എന്റെ ഭാഗ്യത്തിന് ഒരാന പുറകോട്ട് തിരിഞ്ഞപ്പോള് മറ്റുള്ളതും കൂടി പിറകോട്ട് തിരിഞ്ഞു പോയി. ഒരെണ്ണം ആണ്ടിമൂപ്പൻ ഇരുന്ന തേക്ക്മരത്തില് ദേഷ്യത്തില് ഒന്നു കുത്തിയിട്ടാണ് കടന്ന് പോയത്. സത്യത്തില് ആനയുടെ വഴി തടഞ്ഞ ദേഷ്യമായിരുന്നു അവിച്ചക്ക്. എനിക്കന്ന് ആനവാസന ആറിയില്ല. ആണ്ടിമൂപ്പന് മിണ്ടാനും പറ്റീല്ല. കാരണം,ആന മുമ്പില് എത്തിക്കഴിഞ്ഞു. സാധാരണ മരണമില്ലാതെ ആനതിരിച്ചു പോകാൻ പാടില്ലാന്നാണ് കാട്ടിലെ നെയമം. പോയാല് തെറ്റാണ്. വരുന്നവരവിന് ആനയെ കടത്തി വിടണം. ഇല്ലേല് കാർന്നോന്മാര് എങ്ങളെ തല്ലും. കാരണം മറ്റു മൃഗങ്ങളെ ഓടിച്ച് തേട്ടകാർ പിറകെ വരുന്നുണ്ടാകും. ഈ ആനകള് തൊട്ടടുത്ത തോട്ടീന്ന് വെള്ളം കുടിച്ച് കേറി വരവായിരുന്നു. കാടിളക്കിയപ്പോ അവിച്ചക്ക് ചെറിയ പിശകു പറ്റി. അതാണ് ആനകള് വഴിതെറ്റി നേരെവന്നത്. അന്ന് തേട്ടക്കാരുടെ കൂടെ നായയും ഉണ്ടായിരുന്നില്ല. ഉള്ളത് കടവുകാരുടെ കൂടെ പോയിരുന്നു. നായകുരച്ചാല് ആനകരയും, അപ്പോഴാണ് മനസ്സിലാകുക. പന്നിയോ കടമാനോ മാത്രംകേറിവരുന്ന താരയിലാണ് അന്ന് ആനകേറി വന്നത്.

ഒരിക്കൽ ആന ഓടിച്ചിട്ടുമുണ്ട്. ഞാനന്ന് ചെറുതായിരുന്നു. പിടിച്ചു എന്നായപ്പോള്... ഏട്ടന്മാര് ചാടി വീണ് ആനക്ക് അവരുടെ മുണ്ട് പറിച്ചെറിഞ്ഞുകൊടുത്തു. ആനക്ക് വാസനയാണല്ലോ മുഖ്യം. മുണ്ട് തുമ്പിക്കയ്യിൽ തടഞ്ഞപ്പോഴ് ലക്ഷ്യം പിഴച്ച ആനയന്ന് മുണ്ട് ചവിട്ടിക്കീറിയാണ് ദേഷ്യം തീർത്തത്. വാസന വന്നാല് ചിലത് ഓടിവരും, ഈ ആന വന്നത് അങ്ങനെയായിരുന്നില്ല.....അബദ്ധത്തിലായിരുന്നു.

ആന വിശേഷങ്ങൾ

ആനക്കുട്ടിയും, അമ്മയും ഒരു പരിധികഴിഞ്ഞാലേ പിരിയൂ. അമ്മയ്ക്ക് അടുത്ത വേളിവന്നാൽ കുട്ടിയെ തട്ടിയകറ്റുന്ന പതിവുണ്ട്. ആനക്ക് മൂന്ന് കൊല്ലമാണ് അടുത്ത പ്രസവത്തിനുള്ള ഊഴം. അപ്പോഴേക്കും,ആനക്കുട്ടിക്ക് ഉയരമാവും. ചിലവ ഒറ്റയാനായി നാട്ടിലിറങ്ങുകയാണ്

പതിവ്.കാരണം മറ്റ് ആനകൾ കൂട്ടത്തീ കൂട്ടൂല്ല. അപ്പോഴാണ് കൊമ്പന് ദേഷ്യംകയറുക. കൂട്ടത്തീന്ന് ദൂരെ മാറിനിക്കും. അങ്ങനെ മാറി നിൽക്കുന്നആനകളാണ് കൊലയാളികള്. ഒരിക്കല് നെല്ല് ചുമന്നോണ്ടു വന്ന ഒരാളെ ആനകൊന്നിട്ടുമുണ്ട്. അകലെ ആനക്കൂട്ടം കണ്ടിരുന്നു. പക്ഷെ ഇല്ലിക്ക് മറഞ്ഞു നിന്ന ഒറ്റനെ കണ്ടില്ല. അവനാണ് തട്ടീത്. തട്ടിയെറിഞ്ഞശേഷം കാലിന് മണ്ണ് ചെരച്ച് ചവിട്ടിയരച്ച് മണിക്കൂറുകളോളം ആന കൊലവിളിച്ച് അവിടെത്തന്നെനിന്നു. ഫോറസ്റ്റുകാര് വന്നാണ് അന്ന് ആനയെ കാട്ടികേറ്റി ശവമെടുത്തത്.

ആനക്കും കുലങ്ങളുണ്ട് മറ്റൊരു കുലത്തീന്ന് വരുന്നവരെ കൂട്ടത്തി കൂട്ടൂല്ല. അതിനും വേളി ആവശ്യമുണ്ട്. കൊമ്പനും ഒറ്റയാന്മാരും ചേരാത്തപ്പോഴാണ് കുത്തുണ്ടാകുന്നത്. മദമിളകുമ്പോഴാണ് വെകിളികാട്ടി പരാക്രമികളാകുന്നത്. ആനക്ക് ഗർഭം 22 മാസമെന്നാണ് കണക്ക്. ആനകൾക്ക് ബന്ധപ്പെടാൻ അതിനുപറ്റിയ മരത്തിന്റ കവരവേണം. അതിൽ ഊരകൊടുത്ത് പെണ്ണാന നിന്നാൽ മാത്രമേ കൊമ്പൻ ബന്ധപ്പെടൂ. ഭാരത്താൽ മറിയാതിരിക്കാനുള്ള ഏർപ്പാടാണിത്. കവരയിൽ ചന്തിപ്പുറം വച്ചാല് കൊമ്പൻ കൈകൾ പൊക്കി കവരക്കിടയിലൂടെ പെണ്ണാനയുമായി ബന്ധപ്പെടും. മരമില്ലങ്കിലും ചില ആനകൾക്ക് പ്രശ്നം കാണുന്നില്ല. ബന്ധപ്പെട്ട് തുടങ്ങിയാൽപ്പിന്നെ പെണ്ണാന അനങ്ങുകയില്ല മണിക്കൂറുകളോളം ആ നില്പ് തുടരും. അപകടമുണ്ടേല് പെണ്ണാന ചിനച്ച് കാലിന് മണ്ണ് ചെരച്ച് കൊമ്പനെ മാറ്റി മാറിക്കളയും. ബീജം മറിഞ്ഞാൽ താനെ വലിച്ചെടുക്കും.. ആനക്ക് രാത്രിയും പകലും കണ്ണ് കാണും. പക്ഷെ വാസനയാണ് ശക്തി. ഒരു മൈൽ ദൂരത്തുനിന്നേ ആനക്ക് മനുഷ്യന്റ വാസനകിട്ടും. ആനക്ക് കണ്ണിനേക്കാൾ ശക്തി തുമ്പിക്കൈക്കാണ്. അത് തട്ടിത്തട്ടി വഴി മനസ്സിലാക്കിയാണ് പോകുന്നത്. അങ്ങനെയാണ് കുഴികളൊക്കെ ആനകൾ തിരിച്ചറിയുക.

രാത്രിയിൽ വെട്ടം കണ്ട് ആന ഓടിച്ചു വീട്ടിക്കേറ്റിയ അനുഭവവും ഉണ്ടായിട്ടുണ്ട്. ഒരു മുഴം വിത്യാസത്തിലാണ് അന്ന് രക്ഷപെട്ടത്. മൂത്രമൊഴിക്കാനിറങ്ങിയതാണ് മുറ്റത്ത്. ലൈറ്റ് കണ്ട് ആന പാഞ്ഞാണ് വന്നത്. പക്ഷെ അപ്പുറത്തൊരു കൊള്ളുണ്ടായിരുന്നതുകൊണ്ട് ആന കൊള്ളിലേക്ക് മറിഞ്ഞുപോയി. ഇല്ലെ കൊന്നേനം. സത്യത്തിൽ ആനകൾ പേടിച്ചു തൂറികളാണ്. അബദ്ധത്തിൽ മുമ്പിൽപെട്ടാല് തട്ടിക്കളയുമെന്നേയുള്ളൂ. അല്ലേല് മദം പൊട്ടണം. ആന ഒരാളെ കൊന്ന് കൊമ്പിൽ കോർത്ത് മേൽപ്പോട്ട് പൊക്കി ചോരകുടിച്ചാല് അവിടെനിന്ന് പിന്നെ മൂന്ന് കൊല്ലം മാറൂല്ലന്നാണ് നാങ്ങ പറയുക. എല്ലാ ദിവസവും

അവിടെവന്ന് കൊല്ലാൻ ആരെങ്കിലുമണ്ടോന്ന് നോക്കിയിട്ടേ ആന പോകത്തുള്ളൂ. പിന്നെ അടുത്ത ഇരക്കുവേണ്ടി കാത്തിരിപ്പാണ് നമ്മള് കാണുന്നില്ലന്നേയുള്ളൂ. കൊന്നസ്ഥലത്ത് വന്ന് കാലുകൊണ്ട് രണ്ടു തട്ട്തട്ടി മണ്ണ് തെറിപ്പിച്ചേ അവൻ പോകൂ. അത്രക്കും വാശിയുണ്ട് ചില തിന്.

ആന കാട്ടിൽ മറഞ്ഞുനിൽക്കുന്ന സൂത്രശാലിയുമാണ്. ഒരുകണ്ണി ലൂടെ നമ്മളെ കണ്ടുപിടിച്ചുഴിയും. കുഞ്ഞിരാമൻ കൊല്ലീലിങ്ങനെ യാണുണ്ടായത്. കുഞ്ഞിരാമനെ കൊന്ന് മാസങ്ങളോളം ആന അവി ടെത്തന്നെ ചുറ്റിക്കറങ്ങീരുന്നു. അങ്ങനാണത് കുഞ്ഞിരാമൻകൊല്ലി ആയത്. തുമ്പിക്കൈ ചുരുട്ടി ചെറുതാക്കി ചുരുങ്ങി ഉറുമ്പായാൽ പിന്നെ രക്ഷയില്ല, ഓടി രക്ഷപെട്ടുകൊള്ളണം.

വാഷ്കുടിച്ചാല് ആന മനുഷ്യനെ പോലെതന്നെയാണ് ഭ്രാന്ത് ഇള ക്കുന്നത്. പിന്നെകാണുന്നതെല്ലാം അലറിവിളിച്ച് കുത്തിമറിക്കും. മനു ഷ്യന്റെ തലച്ചോറുപോലെ തന്നെയാണ് അവറ്റകളുടേയും. വലിയ ബുദ്ധ യാണവയ്ക്ക്. മനുഷ്യരെ പേടിക്കുന്ന ഇനവുമുണ്ട്. ആനയുടെ സ്വന്തം വലുപ്പം കാണാതിരിക്കാനാണ് കണ്ണ് രണ്ട് വശങ്ങളിലേക്ക് കൊടുത്തി രിക്കുന്നത് മുമ്പിലേക്ക് നോട്ടം നേരിട്ട് എത്തൂല്ലാ. അതുകൊണ്ടാണ് ആന തലവെട്ടിച്ച് വെട്ടിച്ച് നടക്കുന്നത്. കാട്ടാനക്ക് മുറിവ് പറ്റിയാല് ആന സ്വയം ചെളിമണ്ണെടുത്ത് പൊത്തിയാണ് മുറിവ് ഉണക്കുക. അല്ലേല് വേങ്ങേടെ തോല് പൊളിച്ച് വായിലിട്ട് ചവച്ച് മൂറിവില് വെക്കും. കൂട്ട ത്തിലുള്ള ആനകള് തുമ്പിക്കൈക്ക് മുറിവില് തലോടുന്നതൊക്കെ കണ്ടി ട്ടുണ്ട്. ഈച്ചേമാറ്റാനായി ചപ്പൊടിച്ച് മുറിവിലടിച്ചോണ്ടിരിക്കും. സൂക്കേ ടായാല് നാട്ടിലേക്ക് വന്ന് ചുറ്റിപ്പറ്റി നിക്കുമ്പോഴാണ് ഫോറസ്റ്റുകാര് ശ്രദ്ധിക്കുക. അപ്പോഴാണ് മയക്കുവെടിക്ക് അവറ്റാളെ വീഴിച്ച് ചികത്സി ക്കുന്നത്.

പലപ്പോഴും ആനകള് നാട്ടി വന്ന് ചെരിയുന്നത് അതോണ്ടാണ്.

അതിന്റെ ഇറച്ചി തിന്നിട്ടുണ്ടോ?എന്ന ചോദ്യത്തിന് മൂപ്പൻ പറഞ്ഞു.

ഇല്ല... ആന ഇറച്ചി കൊള്ളൂല്ലാന്നും, മുഴോനും നാരാന്നുമാ പറഞ്ഞു കേട്ടിട്ടുള്ളത്. ചമ്പുകടിക്കുമ്പോലെയാണുപോലും. പക്ഷേല് പണ്ട് പണി യര് ആനയിറച്ചിയുണക്കികൊണ്ടുപോകുമായിരുന്നുവെന്ന്   കാർന്നോ ന്മാർ പറഞ്ഞു കേട്ടിട്ടുണ്ട്. ഇല്ലിക്കൂമ്പ്, മാങ്ങ,ചക്ക, ഓടയിലയൊക്കെ യാണ് ആനയുടെ ഇഷ്ട ഭക്ഷണം.ആനക്ക് ചെറുകുടൽ ഇല്ല. അതു കൊണ്ട് ദഹനമില്ല. അതോണ്ടാണ് ആനപ്പിണ്ടം അങ്ങനെ തന്നെകിട ക്കുന്നത്. മരുന്നിന് ചിലോര് അത് ഉപയോഗിക്കുന്നതായി പറഞ്ഞുകേ

ട്ടിട്ടുണ്ട്. ആനപ്പല്ല് വശങ്ങളില് രണ്ടെണ്ണമേയുള്ളൂ. ഈ പല്ല് ചന്ദനക്കുറി അരക്കുംമ്പോലെ അരച്ച് മുണ്ടിനീരിന് ഇട്ടാല് നല്ലതാണ്. കണ്ടിവെണ്ണ നല്ലമരുന്നാണ്(ആനക്കുട്ടി ആദ്യമിടുന്ന പിണ്ടം)പക്ഷെ കിട്ടൂല്ലാ. പിടിയാന തന്നെ തിന്നുവാണത്. പക്ഷികളൊക്കെ പുറകെ കൂടി കൊത്തി തിന്നും. ചിലവൈദ്യന്മാരൊക്കെ കുടീല് കണ്ടിവെണ്ണ കിട്ടുമോന്നൊക്കെ ചോദിച്ച് വരാറുണ്ടായിരുന്നു. പക്ഷെ അതെന്ത് മരുന്നിനാന്നൊന്നും നങ്ങക്കറിയൂലാ.

ആനപിടുത്തം

അറുപത്തിയെട്ടുകാലംവരെയൊക്കെ കുപ്പത്തോടന്റെ ഭൂമീല് ആന പിടുത്തം സജീവമായിരുന്നു. പുൽപ്പള്ളി ക്ഷേത്രത്തിലന്ന് മൂന്നാല് ആനകളുണ്ടായിരുന്നു. എല്ലാം ചത്തുപോയി ഇപ്പോ ശങ്കരൻകുട്ടി മാത്രേ ഉള്ളൂ. പത്തെമ്പത്തഞ്ച് വയസ്സുണ്ടാകും അവന്. പണ്ട് കാപ്പിസെറ്റിലെ ആനക്കുഴീന്ന് നാലുവയസ്സുള്ളപ്പോഴ് പിടച്ചതാണ്. അന്ന് അവന് നാല് വയസ്സായിരുന്നു. അന്നൊക്കെ വേണേല് കാട്ടിക്കേറി ആനെപിടിക്കാം. കൂപ്പുകാർക്കു വേണ്ടിയാണന്ന് ആനകളെ കൂടുതലും പിടിക്കുക. ഫോറസ്റ്റുകാർക്കുവേണ്ടിയും ആനപിടുത്തമുണ്ട്. അന്നൊക്കെ പ്രത്യേകം പരിശീലനം കിട്ടിയ ആദിവാസികളുണ്ടായിരുന്നു ആനപിടിക്കാന്. കാപ്പിസെറ്റിലും പാക്കത്തുമൊക്കെ ആനത്താരേല് വാരിക്കുഴികളുണ്ടാക്കി കാത്തിരിക്കും ആനപിടുത്തക്കാർ.വെള്ളം കുടിക്കാനും,മുളങ്കൂമ്പുതിന്നാനും ആനകള് വരുന്ന വഴിത്താരേല് വട്ടത്തില് പത്തിരുപതടി ആഴത്തിലാണ് കുഴിതോണ്ടുക. പത്ത് പന്ത്രണ്ടടി വിസ്താരോമുണ്ടാകും. കുഴിക്ക് മുകളില് വാരിയും ഈറ്റക്കമ്പുമൊക്കെയിട്ട് പരമ്പ് വിരിച്ച് അതിനുമുകളിലാണ് കരിയിലയും പുല്ലുമൊക്കെയിട്ട് കുഴിമൂടി തയ്യാറാക്കുക. ഇളകിയ മണ്ണ് ദൂരെ മാറ്റിക്കളയും. ഇല്ലേല് ഇളകിയ മണ്ണ് കണ്ട് ആന തുമ്പിക്കൈക്ക് കുത്തിനോക്കി കുഴിയറിഞ്ഞ് തിരിച്ചുപോകും. അതോണ്ടാണ് മണ്ണ് ദൂരെ മാറ്റിക്കളയുന്നത്.വാരിക്കുഴിക്ക് സമീപം പണിയര് മരത്തുമ്മേല് കേറി കാവലിരിക്കും ആന വീഴുന്നതും നോക്കി. ആന വീണാല് വലിയ ഒച്ചയാണ് പരിസരം മുഴോൻ. ആനയുടെ പരാക്രമം അത്രക്കുണ്ടാകും. അന്നേരമാണ് ആദിവാസികള് കൂക്കി കൂക്കി ഫോറസ്റ്റുകാരെ വിവരം അറിയിക്കുക. ചിലപ്പോ രണ്ടെണ്ണമൊക്കെ വീഴും ഒരു കുഴീല്. വീണാല് ഞെങ്ങി ഞെരുങ്ങിയാണ് അവറ്റാള് പരാക്രമം കാണിക്കുക. വേദനയോടെ തുമ്പിക്കൈ മുകളി

ലേക്ക് കറക്കി ചിനച്ചോണ്ടിരിക്കും. അപ്പോഴേക്കും ആദിവാസികള് അധികാരികളേയും കൂട്ടിവരും. കൂടെ രണ്ടോ മൂന്നോ താപ്പനകളുമുണ്ടാകും. കയറുകൊക്ക മൂന്നുവശത്തൂന്നും ആനക്കഴുത്തിലേക്ക് എറിഞ്ഞ് മുറുക്കും. മറ്റേയറ്റം താപ്പാനകള് കടിച്ചു പിടിച്ച് വലിക്കും. പിന്നെ കുഴി മണ്ണിടിച്ച് മരത്തടികള് ഇട്ടുകൊടുക്കും ആനക്ക് കേറാന്. താപ്പാനകള് വലിക്കുന്നതിന് അനുസരിച്ച് ആനകുഴീന്ന് കേറും. ചിലപ്പോ ഒരു ദിവസോക്കെ എടുക്കും ആന കുഴീന്ന് കേറാന്. കയറിയാല് ആനകള് പരാക്രമങ്ങളൊക്കെ കാണിക്കും. അന്നേരം താപ്പാനകള് ചേർന്ന് നിന്ന് കുത്തികുത്തിനടത്തും ആനപ്പന്തിയിലേക്ക്. പന്തിലെത്തിയാല് വലിയ തേക്കും കഴകള് കുഴിച്ചിട്ട ഇടുക്കു കൂട്ടിലേക്ക് ആനയെ കേറ്റി പുറക് തേക്കും കഴക്കടെച്ച് ബന്തവസ്സാക്കും. പിന്നെയാണ് പരിശീലനം.

ആദ്യംപനമ്പട്ടയും, ഓടയിലയുമൊക്കെ മതിയാവോളം കൊടുത്ത് ദേഷ്യം തണുപ്പിക്കും. കൂടെ വലിയ ചോറുരുളയൊക്കെകൊടുക്കും. ആനപ്പന്തീടെ മുകളിലിരുന്ന് പാപ്പാന്മാര് തോട്ടിക്ക് ചെവിയിലും കണ്ണിലുമൊക്കെ കൊളുത്തിവലിച്ച് ചട്ടംപടിപ്പിക്കുന്നതു കണ്ടാല് സങ്കടം വരുമായിരുന്നു. കയറില് വലിയ കല്ലുകള് കെട്ടിഞാത്തി ആനയുടെ കാലിലേക്ക് ഇട്ടുകൊടുത്താണ് ചട്ടം പഠിപ്പിച്ചിരുന്നത്. നഖംചതഞ്ഞ ആനകള് കരയുന്നത് കണ്ടാല് പാവംതോന്നുമായിരുന്നു. എല്ലാവശത്തൂന്നും മർദ്ദനം കൊടുക്കുമ്പോഴാണ് ആന മെരുങ്ങുക. അതിന് മൂന്നുമാസമൊക്കെ പിടിക്കും. അന്ന് പന്ത്രണ്ടായിരം രൂപയാണ് ഒന്നിന് വില

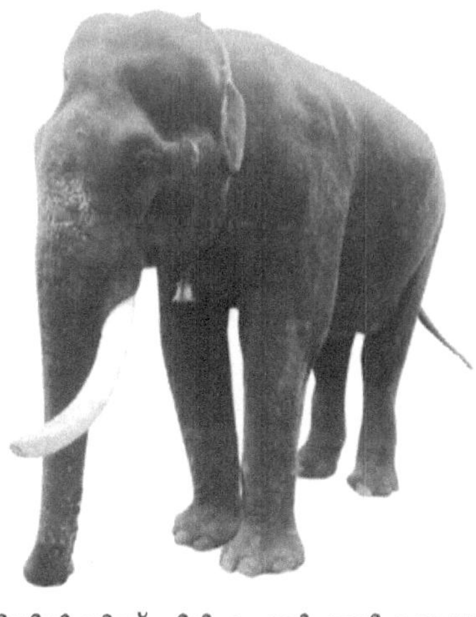

വാരിക്കുഴിയിൽ നിന്ന് പിടിച്ച പുൽപ്പള്ളി ക്ഷേത്രത്തിലെ
86 വയസ്സുള്ള ശങ്കരൻകുട്ടി (ഇന്നില്ല. ചെരിഞ്ഞു)

. മിടുക്കും വലിപ്പവും നോക്കി വിലയിലും വിത്യാസമുണ്ടായിരുന്നു.

ആന മനുഷ്യനെപ്പോലെ ബുദ്ധിയുള്ള മൃഗാണ്. കാലംമാറീല്ലേ ഇന്നിപ്പോ ആനപിടുത്തമോ ആനപ്പന്തിയോ ഒന്നുമില്ല. അക്കരെ വെള്ളേലുമുണ്ടായിരുന്നു ആനപിടുത്തം. കന്നഡിയര് അവറ്റാളെ ഓടിച്ച് വെള്ളത്തീചാടിച്ച് താപ്പാനെക്കൊണ്ടാണ് വളഞ്ഞ് പിടിക്കുക. പിന്നെ കയറിട്ട് പിടിച്ച് കേറ്റിയാണ് മെരുക്കുന്നേന്നൊക്കെ കാർന്നോന്മാര് പറഞ്ഞു കേട്ടിട്ടുണ്ട്.

മുളങ്കാട്

നല്ല കാടനുഭവം തരുന്ന കാഴ്ച്ചകളാണ് മുളങ്കുട്ടങ്ങളുടേത്. ജൈവികമായ ഒരാനന്ദം നമ്മിലുണ്ടാക്കുന്ന രസാനുഭൂതി മുളങ്കൂട്ടങ്ങള് തരുന്നതുപോലെ ഒരു സസ്യജനുസ്സും തരില്ല. പെട്ടന്നാണ് അവകൾ വളരുക. പാക്കം കാട്ടിൽ മുളങ്കൂട്ടങ്ങൾ ധാരാളമുണ്ട്. കൂട്ടംകൂട്ടമായി ആരാലും ആക്രമിക്കപ്പെടാതെ മുള്ളുകളാൽ പരിപൂർണ്ണമായ ജീവരക്ഷ സ്വയം നേടുന്ന മുളങ്കൂട്ടങ്ങൾ കാടിന്റെ അന്തസ്സാണ്. മുള്ളുകൾകൊണ്ട് സ്വയം വരിഞ്ഞ്കെട്ടി പരസ്പരം വീണുപോകാതെ സംരക്ഷിക്കുന്ന രീതിയാണ് മുളകൾക്ക്. മരങ്ങൾക്ക് മുകളിൽ തുമ്പുനീട്ടിനിന്ന് ആടുന്നതും കാറ്റിൽ പലതരം ശബ്ദങ്ങളുണ്ടാക്കുന്നതും ആദ്യമായി കാട് കാണാൻ വരുന്നവർക്ക് ആനന്ദമേകും. പക്ഷെ മണ്ണിനുമുകളിൽ പാടപോലെ വേരുകളുള്ള ഈ ഭീമാകാരൻ ചെടിഒരു പരിധികഴിഞ്ഞാൽ സ്വയം ഉണങ്ങി നശിക്കുന്ന രീതിയാണെന്ന് കാപ്പിമൂപ്പൻ വിഷമത്തോടെ പറയുകയാണ്.

ഉണങ്ങിപ്പിടന്നുപോകുന്നതും അവശേഷിച്ചത് വെട്ടിക്കേറ്റി ലോറിയിൽകൊണ്ടുപോകുന്നതും മൂപ്പന് വലിയപുരയിലിരുന്നാൽ കാണാം. നാൽപ്പത് വർഷം കഴിഞ്ഞ മുളങ്കൂട്ടങ്ങൾ മൂപ്പന്റെ ഓർമ്മയിൽ ചാകുന്നത് ഇത് രണ്ടാം തവണയാണ്. അരിപൊഴിച്ച് കുഞ്ഞുങ്ങൾക്ക് ജന്മം നൽകിയ ശേഷമാണ് മുളങ്കൂട്ടങ്ങൾ കൂട്ടത്തോടെ മരിക്കുന്നതെന്ന് മൂപ്പൻ.

കാട്ടിലെ ഒട്ടുമിക്ക മൃഗങ്ങളുടെയും ആശ്രയവും, സംരക്ഷണവുമായ മുളങ്കൂട്ടങ്ങളെപറ്റി മൂപ്പന് ഒരുപാട് പറയാനുണ്ട്. മൂപ്പൻ പറയുന്നു.

പത്ത്നാപ്പത് കൊല്ലേഉള്ളു ഇതിന്റെ ആയുസ്സ്. അതുകഴിഞ്ഞാല് മുളകള് ചത്ത് കാട് നഗ്നമായതുപോലാണ് തോന്നുക. ആനയ്ക്കാണ് ഇല്ലിമുള കടുതൽ ആവശ്യം. ആനകളുടെ പ്രധാന തീറ്റ മുളയുടെ ഇളം തലപ്പാണ്. അതുകിട്ടാതാവുമ്പോഴാണ് ആനക്കൂട്ടം നാട്ടിലിറങ്ങി

വിളകള് നശിപ്പിക്കുക. കോളനിക്കാർക്കും മുളവേണം വീടുവെക്കാനും, കന്നുകാലികൾക്ക് തിന്നാനും വേലികെട്ടാനുമൊക്കെ. കാട്ടാട്, മാന്, കാട്ടു പോത്ത് എല്ലാം ഇതിന്റെ ഇളം തലപ്പാണ് ചവക്കുന്നത്. മൂത്ത് കഴി ഞ്ഞാല് ഇലച്ചുണ്ട് കുത്തും അപ്പോ മൃഗങ്ങള് തിന്നൂല്ല. കറിവെക്കാ നായി നങ്ങ കള്ളി(കൂമ്പ്) ചെത്തിയെടുക്കാറുണ്ട്. കാബേജ് അരിയും പോലെ അരിഞ്ഞ് അരിഞ്ഞ് ഉപ്പേരിത്തോരനുണ്ടാക്കിയാല് നല്ല രുചി യാണ്. രണ്ടുമൂന്നുപ്രാവശ്യം കഴുകി അതിന്റെ കട്ട് കളഞ്ഞ് വീണ്ടും തിളച്ച വെള്ളത്തിലിട്ട് കഴുകിയ ശേഷമേ കറിയാക്കൂ. അപ്പോ മക്കിന് വല്ലാത്ത ഒരു വാടയാണ് കപ്പ തികത്തുന്ന മണം. നാവിൽ വച്ചാല് അടക്കാചൊരുക്കും പോലെ മക്ക് ചൊരുക്കും. കള്ളിചെത്തി കറിയാ ക്കാന് വലിയപാടാണ്,എന്നാലും നാങ്ങക്കത് ഇഷ്ടാണ്. പാവയ്ക്കാ ഉണക്കി വറുക്കുമ്പോലെ വറക്കാം. വലിയ രുചിയൊന്നുമില്ലങ്കിലും പറ യാൻ പറ്റാത്ത ഒരു പ്രത്യേക ചൊവയുണ്ട് കള്ളിക്ക്. (നല്ല ഔഷധഗു ണമുള്ള വിഭവമാണ് മുളങ്കറി. അതറിഞ്ഞല്ല ആദിവാസികള് മുളങ്കൂമ്പ് കഴിക്കുന്നത്. ഇത് വെറുതെ കിട്ടുന്ന കറി വസ്തു എന്ന നിലയിലാണ്. വയറ്റിലെ കീടങ്ങളെ വലിച്ചു കളയാനും, മലശോചനയുണ്ടാക്കാനും മുളങ്കൂമ്പ് കറി ഉത്തമം) കുട്ടികൾക്ക് ധാരാളം നാങ്ങയിത് കറിവെച്ച് കൊടുക്കും. കള്ളികിട്ടുന്ന വൃശ്ചികത്തില് ധാരാളമായി ഉണക്കി മുള കുറ്റിയില് സൂക്ഷിക്കും. വാട്ടുകപ്പ ഉണക്കുന്നതുപോലെ പച്ചക്ക് നുറു ക്കിയാണുണക്കുന്നത്. ഉണങ്ങിയാല് നീരു വലിഞ്ഞ് കട്ട് ഇല്ലാതാകും. അപ്പോള് വിഷാംശമില്ല. കള്ളിചെത്താൻ കൂട്ടക്കാര് കൂട്ടത്തോടെയാണ് കാട്ടിക്കേറുക. വളരെ ശ്രദ്ധിച്ച് കറിക്കുള്ള കൂമ്പ് മാത്രമേ കൊത്തൂ. തഴച്ച് നിൽക്കുന്ന മുളകൾക്കിത് ആശ്വാസമാണ്. ബാക്കിയുള്ളത് വേഗം പൊങ്ങും. നാരുള്ളത് ചോട്ടീന്ന് ഒരടിവിട്ടേ പൊങ്ങൂ. ചാരപ്പൊടി ചുറ്റിയ ഇളങ്കൂമ്പുകൾ കറിക്കുള്ളത് കണ്ടാൽ വേഗം തിരിച്ചറിയാം. പൊടി ദേഹത്ത് തട്ടിയാൽ ചൊറിഞ്ഞു തടിക്കും. മുറിവുകളിൽ ഇട്ടാൽ വേഗം കരിയും. ആദിവാസികളൊക്കെ ജീവിക്കുന്നത് ഇല്ലി കൊണ്ടാണ്. പു രക്ക് തൂണ്,കഴുക്കോല്, വാരി, വാരിമെടഞ്ഞ് നാട്ടി മണ്ണ് അടിച്ചു പൊന്തി ച്ചാണ് ഭിത്തികൾ ഉണ്ടാക്കുക. ഇപ്പോഴാണ് കട്ടപ്പുരയ്ക്കും, ഓടുപുര യ്ക്കും ഇല്ലിവേണ്ടാത്തത്. ഇപ്പോ ഇല്ലി എല്ലാത്തരത്തിലും എങ്ങടീന്ന് അകലുകയാണ്. സത്യത്തില് നാങ്ങയല്ല അകന്നത് നാങ്ങക്ക് അത് നിഷേധിക്കുകയാണ്. കാട്ടിക്കേറാനൊന്നും പണ്ടത്തേപ്പോലെ പറ്റുന്നില്ല. ഇതുകൊണ്ട് തന്നെ ജീവിക്കുന്ന കൂട്ടക്കാരുണ്ട്,വമ്പ,കൊരമ്പ, പനമ്പ്, മുറം, ചാട, മീൻകൂട്, കുറ്റി, കോർത്ത, അട്ടം,(മച്ച്) എല്ലാം ഈറ്റ ഇല്ലി

ഇവകൊണ്ടാണുണ്ടാക്കുന്നത്. ഒളിച്ചും പാത്തും പതുങ്ങിയുമാണ് നങ്ങയിന്ന് കാട്ടിക്കേറുന്നത്. പണക്കിയുണ്ടാക്കാനൊന്നും പറ്റണില്ല. (വീടിനുള്ളിൽ മുളകൊണ്ട് മെടഞ്ഞ മച്ച്. ഇതിൽ മണ്ണിട്ട്നിരത്തി മിനുക്കിയാണ് മഴക്കാലത്ത് നെല്ല് ഉണക്കുന്നത്) നെല്ല് വേനലിൽ കുത്തി വെക്കണെ പതിവ് നങ്ങക്കില്ല. കുറെശ്ശെ പണക്കീന്നെടുത്ത് കുത്തി തവിടുകളഞ്ഞ് കഞ്ഞിയാക്കുകയാണ്. തൈതൽ മെടഞ്ഞ് ഉമികൂട്ടിക്കുഴച്ച മണ്ണ് തേച്ചാണ് ഭിത്തികൾ ഉണ്ടാക്കുക. അതുകൊണ്ട് ചിതൽ ശല്ല്യം ഉണ്ടാവൂല്ല. അതോണ്ട് വീടിനുള്ളിൽ എപ്പോഴും പാകത്തിന് തണുപ്പും ചൂടുമായിരിക്കും.

(കാട്ടുനായ്ക്കരാണ് മുളവെട്ടി നാട്ടിലുള്ളോർക്ക് വിറ്റ് ജീവിക്കുന്നത്. കുറുമ്മര് സ്വന്തം ആവശ്യങ്ങൾക്കെ മുളവെട്ടാറുള്ളൂ. ആദിവാസികളുടെ ജീവിതമാർഗ്ഗമായിരുന്ന മുള ഇന്ന് ഒരെണ്ണം സ്വന്തംആവശ്യത്തിന് മുറിച്ചാല് കേസ്. അത് കാട്നോക്കുന്നവരുടെ നിയമം. പക്ഷെ ആദിവാസികളെകൊണ്ട് മുള മുറിപ്പിച്ച് കാടുമുഴുവൻ വെളുപ്പിച്ചാല് കേസില്ല. മൂപ്പന് അല്പം ഈർഷ്യതോന്നിയതുപോലെ തോന്നി)

വ്യവസ്ഥക്കുള്ളിലെ പൊരുളറിയാത്ത നിരക്ഷരനെ എങ്ങനെ വേണേലും പറ്റിക്കാന്ന് മൂപ്പനും മനസ്സിലായോ?

അമ്പും വില്ലുമുണ്ടാക്കുന്നതിനെക്കുറിച്ച് സംസാരിച്ചപ്പോൾ മൂപ്പൻ പറഞ്ഞു,

മൂപ്പെത്തിയ മുളയാണ് നാങ്ങ നിലാവിന്റ വാവും, പക്കവും നോക്കി വില്ലിനുവെട്ടുക. പിന്നീടത് അട്ടത്തിലിട്ട് പരുവമാക്കിയെടുക്കും. അതിന്റെ മുട്ടു നീളം കാണുമ്പോഴെ നാങ്ങക്കറിയാം. അല്ലേല് അമ്പ് അധികദൂരം പോകൂല്ല. (ചിലർ വില്ലിനായ് മൂപ്പെത്താത്തതും വെട്ടാറുണ്ട്) ഈറ്റ, മുള,ഓട ഈ മൂന്നിനങ്ങളെ ഈടെ കാണാറുള്ളൂ. ഓടയ്ക്ക് ആയുസ്സ് കൂടുതലാണ്. അത് പൂക്കൂല്ല. വലുപ്പം കുറവാണ്. മണ്ണിലേക്ക് നല്ലോണം വേരുകളാഴ്ത്തിയാണ് ഓട നിൽക്കുക. കൊട്ടമെടച്ചിലുകാരാണ് ഇതു കൂടുതലും ചെത്തിക്കൊണ്ടുപോകുക. ഉച്ചാലിക്ക് കുഴലുണ്ടാക്കാൻ നങ്ങ ഓടയാണ് വെട്ടുക. പാകത്തിനുള്ളത് കിട്ടിയാല് മുറിച്ച് അട്ടത്തില് ഊറക്കിടും മാസങ്ങളോളം. അപ്പോ അത് നല്ല മഞ്ഞേം ചോപ്പും കൂടിയ നിറത്തില് ഉണങ്ങി കല്ലുപോലാവും, അപ്പോ നങ്ങ ഇരുമ്പ് പഴുപ്പിച്ച് കുത്തി ഏഴ് തുളയുണ്ടാക്കും ഊതാന്. തപ്പക്കളിക്ക് കൊഴലുവായിക്കുന്ന നൂറു വയസ്സായ മൂപ്പന്മാരൊക്കെയുണ്ട് കുടീല്.

വൃശ്ചികം കഴിയുമ്പോഴേക്കും ഇല്ലിപൂക്കാൻ തുടങ്ങും. കുംഭം മീനമായാല് അരി ചോടുമുഴുവനും ചിതറിക്കിടപ്പുണ്ടകും മണലുപോലെ.

അത് കൂട്ടക്കാര് കരിയിലമാറ്റി അടിച്ച് കൂട്ടിയെടുക്കും. പിന്നെ പെണ്ണുങ്ങളാണ് പേറ്റലും കൊഴിക്കലും. ഇല്ലിയരി വാരാന് പെണ്ണുങ്ങള് ചാക്കുമായിട്ടാണ് കാട്ടിക്കേറുക. എല്ലാരുക്കും കിട്ടും ചാക്കുകണക്കിന്. നെല്ലിൻപൂവ് പോലാണ് ഇല്ലിപ്പൂവ്. പൂവും അരിയും ഒന്നിച്ചാണ് വരിക. കൊലകൊലയായി തൂങ്ങി നിൽക്കും. ഇല്ലിയരി ആണും പെണ്ണുമുണ്ട്. പെണ്ണില്ലിക്കൂട്ടത്തിന് അരി കുറവാണ്. സൂക്ഷിച്ചു നോക്കിയാല് ആണരിക്ക് ചെറിയകൂമ്പുണ്ടാകും. ഇല്ലിയരി കുത്തി പലഹാരങ്ങൾ ഉണ്ടാക്കും. പ്രമേഹത്തിനൊക്കെ നല്ലതാണ്. കൊഴുപ്പില്ല. കഞ്ഞിവെക്കും. പക്ഷെ, രുചിയില്ല. കുത്തിപ്പൊടിച്ച് പിട്ടും, ഉപ്പുമാവുമുണ്ടാക്കും. പലഹാരമുണ്ടാക്കാനാണ് ഇല്ലിയരി നല്ലത്. കറുത്ത കൊല്ലിമണ്ണിൽ നിൽക്കുന്ന ഇല്ലിയില് ധാരാളമായി അരിയുണ്ടാകും. ഇല്ലിക്കാടുകള് നല്ല മണ്ണിളക്കമുണ്ടാക്കുന്ന സസ്യമാണ്. ആനകളുക്ക് ഇല്ലിക്കാടാണ് കൂടുതലിഷ്ടം. മൃഗങ്ങളെല്ലാം ഇല്ലിച്ചോട്ടിക്കിടന്നാണ് തണുപ്പും സുഖോ അനുഭവിക്കുക. ഇല്ലിത്തൊലി മരുന്നാണ്. അതിന്റെ പച്ച ചിരണ്ടിയെടുത്ത് മുറുവുകളില് തൂത്താല് വെക്കം കരിയും..ഇല്ലിപൂക്കുന്ന സമയത്ത് കാട്ടിലെ മൃഗങ്ങൾക്ക് അസുഖം കൂടും. ശ്വാസത്തകരാറ് കൊണ്ട് ആ സമയത്ത് മൃഗങ്ങളെല്ലാം ദൂരെ മാറിപ്പോകും. കാട്ടുകോഴികള് ധാരാളമായി ചാകും. കോളനിക്കാർക്ക് തുമ്മല് ജലദോഷം ഇവയൊന്നും വിട്ടുമാറില്ല.

കാപ്പിമൂപ്പന്റെ ഓരോ വാക്കുകളിലും അനുഭത്തിന്റെ കുളിച്ചേറ്റം. പക്ഷെ ഇടക്ക് പ്രതിഷേധത്തിന്റെയും ആശങ്കകളുടേയും തിണർപ്പ് പൊങ്ങി വരും...അപ്പോളൊക്കെ ഒന്നു മുറുക്കിത്തുപ്പി ആശ്വസിക്കും. എന്നാൽ ഓർമ്മകളും അനുഭവങ്ങളും തിളയ്ക്കുന്ന വാക്കുകളിൽ മൂപ്പൻ എല്ലാം മറക്കുകയാണെന്ന് തോന്നി...

മണ്ണ്

മൂപ്പൻ പറയുന്നു: "മഴക്കാലമായാല് കറുത്ത് പശിമയുള്ള ചെളിമണ്ണിലൂടാണ് നങ്ങ നടക്കുക. പാക്കം മണ്ണ് വേനലിൽ വിണ്ടുപോകും. ഇക്കൊല്ലം നിറയെ മഴയായിരുന്നതുകൊണ്ട് ചളിമാറീട്ടില്ല. മുറ്റത്തുകൂടെ ചെരിപ്പിടാതെ പാടുപെട്ടാണ് നടപ്പ്. നല്ല വളക്കൂറാണ് മണ്ണിന്. എന്തു നട്ടാലും പിടിക്കും. ഇപ്പോ മണ്ണൊക്കെ പുറംപാർട്ടിക്കാര് വാങ്ങി എന്തൊക്കയോ കെട്ടുന്നുണ്ട്. മണ്ണിന് സ്വർണ്ണത്തിന്റെ വിലയായീന്നൊക്കെ കേക്കണൂ. പണ്ട് അധികാരികളുടെ അടുത്തൂന്ന് കാർന്നോന്മാര് രണ്ടുരൂപ

ക്ക് വാങ്ങിയ മണ്ണാ ഇത്. നികുതിയടക്കാൻ പറ്റാത്തോണ്ട് നായന്മാര് പണ്ട് എതിരാളികളുടെ പേരിലൊക്കെ ഭൂമി എഴുതിവച്ച് ചതിച്ച കഥയൊക്കെ കേട്ടിട്ടുണ്ട്. നികുതി വാങ്ങാനായി അധികാരികള് വരുമ്പോഴാണ് ചതി പലരും അറിയുന്നതു തന്നെ."

കൂട്ടക്കാരിൽ നിന്ന് അകന്നുപോകുന്ന മണ്ണിനെയോർത്ത് മൂപ്പൻ ഒന്നു നിർത്തി. ചില ഭാഗത്ത് റിസോർട്ടുകൾ ഉയരുന്നതിന്റെയും, വെളുത്ത മനുഷ്യർ കോളനീൽ വന്നുപോകുന്നതിന്റെയും രഹസ്യം അറിയാമെന്നതുപോലെ മൂപ്പൻ നിശബ്ദനായി. പിന്നെ,കാലുകള് ചൂണ്ടി പറഞ്ഞു.... ഇന്നും ചെരുപ്പിടാറില്ല. മുള്ളിലും, പാറയിലും നടന്നകാലാണിത്. (പാറപോലെ കാലടികളുള്ള മൂപ്പൻ അത് നീട്ടിക്കാണിച്ചു മണ്ണിനെ ചുംബിച്ച് ചുംബിച്ച് അത് അവിടവിടെ വിണ്ടുപൊട്ടിയിരിക്കുന്നു) "തണുപ്പായാല് അടുപ്പും ചോട്ടിൽ തന്നെയാണ് ഞാന്. കൂട്ടക്കാര് മുറ്റത്ത് ആഴികൂട്ടി രാത്രിമുഴോൻ വർത്തമാനം പറഞ്ഞ് ആഴിക്ക് ചുറ്റും കിടന്നാണ് ഉറങ്ങുക. കൃഷി ഇപ്പോ നെല്ല് മാത്രമേ ഉള്ളൂ. വയലൊന്നും ഇപ്പഴും ഒഴിച്ചിടാറില്ല. കരക്കണ്ടത്തില് വാഴയൊ, കമുങ്ങോ പച്ചക്കറിയോ ഒക്കെ നടുകയാണ്. നേരത്തെ ചാമയോ,മുത്താറിയോ ഒക്കെ കൃഷി ചെയ്യുമായിരുന്നു. തുലാം വൃശ്ചികത്തിൽ കൊയ്ത്തുകഴിഞ്ഞാല് നെൽകച്ചിയൊക്കെ കെട്ടിവയ്ക്കും. നല്ല നീളമുള്ള കച്ചിനോക്കിയാണ് പുരമേയാനായി ഉപയോഗിക്കുക. അതിൽ- തൊണ്ടി, വെളിയൻ, ചോമാല- ഇവയൊക്കെ ഉണ്ട്. ഇപ്പോ പുരമേച്ചിലൊക്കെ ഓടും സിമന്റുമായിട്ടുണ്ട്. അതോണ്ട് കച്ചി വിക്കാനാണ് ഉപയോഗിക്കുന്നത്. പച്ചക്കറിയൊക്കെ സ്വന്തമായ ആവശ്യത്തിനെ ചെയ്യാറുള്ളൂ. ദാസനക്കരേലൊക്കെ പുറം പാർട്ടിക്കാര് പച്ചക്കറി കൃഷിചെയ്യുന്നത് കാണുമ്പോള് പേടിയാണ്. എന്തുമാത്രം വിഷാണ് അവറ്റാള് കോരിയൊഴിക്കുക. മരുന്നിന്റെ മണോക്കെ ഇവിടെത്തും. നാങ്ങ അതൊന്നും വാങ്ങാറില്ല. രോഗംവരുത്തുന്ന ഏർപ്പാടിന് നാങ്ങ നിക്കൂല്ല. എന്നാലും ഇപ്പോ കൂട്ടക്കാർക്കൊക്കെ കാൻസറുപിടിച്ചൂന്ന് കേൾക്കുന്നുണ്ട്."

ഭക്ഷണം വസ്ത്രം

കഞ്ഞിയാണ് രാവിലെ മിക്കപ്പോഴും കുടീല്. ചെലപ്പോ ദോശയോ പിട്ടോ ഉണ്ടാകും. ഉച്ചക്ക് ചോറ്, ചോറിന് എന്തെങ്കിലും ഒരു കറിയേ ഉണ്ടാവൂ. മിക്കവാറും സാമ്പാറ് അല്ലേല് മീൻകറി. ഒന്നിൽക്കൂടുതൽ കറികള് കൂട്ടുന്നസ്വഭാവം നങ്ങക്കില്ല. അപൂർവ്വം ചമ്മന്തിയുണ്ടാവും. ഉപ്പൊഴിക്കില്ല, മിക്കപ്പോഴും നാങ്ങക്ക് ഉപ്പ് കറിയായിരിക്കും. രാത്രീലും

ഇതുതന്നെ. അന്നും ഇന്നും നാങ്ങക്ക് ഒറ്റക്കറിമാത്രമേയുള്ളൂ. ഇന്ന് പത്തായങ്ങളൊന്നുമില്ല. കൂട്ടുകുടുംബങ്ങളൊക്കെ വിട്ടുപോയി. കൂട്ടക്കാര് പിരിഞ്ഞ് പിരിഞ്ഞ് വീടുകളായതോണ്ട് അവർക്കൊക്കെ ഭൂമി കൊറവാണ്. പണ്ട് നികുതി അടക്കാൻ പറ്റാത്തോണ്ട് ഭൂമി ഫോറസ്റ്റുകാർക്കു തന്നെ വിട്ടുകൊടുക്കുകയായിരുന്നു. കന്നുകാലികളെ നോക്കാനൊന്നും കൂട്ടക്കാർക്കിന്ന് താത്പര്യമില്ല മക്കളൊക്കെ സ്കൂളിലും മറ്റും പോകയല്ലേ! പളയ കാർന്നോന്മാരില് ചിലരെ ഇന്നു കാലിനോട്ടത്തിനുള്ളൂ. ഇപ്പോ തിന്നാനുള്ള കൃഷിയൊക്കെ അവനോനാണ് ചെയ്യേണ്ടത്. പണ്ട് ഒന്നിച്ചായിരുന്നു. ഇന്ന് പശുക്കളുക്ക് ഒത്തിരി പാലു കിട്ടുന്നുണ്ട്. പശുക്കൾക്ക് പാലുണ്ടാവുകയല്ല ഉണ്ടാക്കുകയാണ്. അന്നത്തെ പാലിന് എല്ലാ ഗുണോണ്ട്. കുട്ടികൾക്ക് നല്ലതാണ്. ഇപ്പോ പാല്കുടിച്ചാല് കുഞ്ഞുങ്ങള് ശർദ്ദിക്കുകയാണ്. കുട്ടികളുടെ ആരോഗ്യവും ക്ഷയിക്കുകയാണ്.

കാലിച്ചെറുക്കനായി..

ചെറുപ്പത്തിലെ കാലിക്കൂട്ടങ്ങളുമായി കാട്ടിലേക്ക് പോകുമായിരുന്നു; അതാണ് ശീലം. കൂടെ രണ്ടോ മൂന്നോ കൂട്ടുകാരുണ്ടാകും. കൂട്ടക്കാരുടെയെല്ലാം പശുവും, പോത്തും, കിടാങ്ങളുമെല്ലാം ഒന്നിച്ച് അടിച്ചുകൂട്ടിയാണ് പോകുക. വികൃതികളുടെ കഴുത്തിൽ തട്ടയുണ്ടാകും. ഇതിന്റെ കട... കട... ശബ്ദം കാടുമുഴോനും മുഴങ്ങും. കൂട്ടം തെറ്റിയ വികൃതികളെ കണ്ടുപിടിക്കാനാണ് കഴുത്തിൽ തട്ട. മൃഗങ്ങളുണ്ടങ്കില് അകന്നുപോകും. അതിരാവിലെ കാലികളുമായി കാട്ടിക്കേറിയാല് പിന്നെ നേരം കറുക്കുമ്പോഴാണ് തിരികെയെത്തുക. കാട്ടിലെത്തിയാല് കാലികളെയെല്ലാം ഒരാളെ ഏൽപ്പിച്ച് മറ്റുള്ളോര് നൂറോകിഴങ്ങുമാന്താനും ബെളഞ്ചി (പശക്കോൽ- കോലും കൊളയും) വെക്കാനും പോകും. കാട്ടീന്ന് നാരക്കിഴങ്ങ്, വെണ്ണിക്കിഴങ്ങ് ഇവയെല്ലാം കിട്ടും. കിട്ടിയാല് കാട്ടിത്തന്നെ തീ കൂട്ടി അതെല്ലാം ചുട്ടു തിന്ന് കാട്ടരുവീലെ വെള്ളോം കുടിക്കും. പിന്നെകടുക്കാച്ചി മാമ്പഴം, ആഞ്ഞിലിക്കാപ്പഴം ഞാവല്പഴം,ചോരപ്പഴം, അത്തിപ്പഴം ഇതൊക്കെ കടിച്ചീമ്പും.മുട്ടമ്പിന് മുയലിനെ വീഴ്ത്തും. ബെളഞ്ചിക്കോലില് പക്ഷികളെ പിടിക്കും. ഇന്നു കാട്ടില് കോലുംകൊളകൊണ്ട് കേറാനാവൂല്ല കേസാണ്.

വൈകുന്നേരമായാല് ചിലപ്പോ കാലി കുറവുണ്ടാകും അവറ്റാളെ പുലി പിടിക്കുന്നതാണ്. കാലികള് തിന്ന് തിന്ന് ഒറ്റയാവുന്നത് നോക്കി പുലികൾ പൊന്തക്കുള്ളിൽ ഒളിച്ചിരിക്കും. ചിലോർക്കത് അറിയൂലാ. നായ

ഉണ്ടങ്കില് കുരച്ചോണ്ട് ഓടിക്കളയും. കന്നാലി പുലിയെ കണ്ടാല് ആ പ്രദേശത്തുപിന്നെ നിക്കൂല്ല. അബദ്ധത്തിലെ പുലീടെ മുമ്പീല് കാലികള് വീഴാറുള്ളൂ. നാങ്ങ കണ്ടാല് മരത്തേക്കേറി ഇരിക്കും. കൂക്കിയാലൊന്നും പുലിപോകൂല്ല. ചിലപ്പോൾ മുതിർന്നവരെ കൂട്ടിവന്ന് കത്തിയമ്പ് കൊടുത്താലെ പോകത്തുള്ളൂ. മുറിവേറ്റാൽ പുലിചത്തുപോകത്തേയുള്ളൂ. തൊലിപെട്ടിയാല് മതി ഈച്ച പിന്നെ അതിനെ വിടൂല്ല. ഈച്ചകളാണ് പുലിയുടെ ശത്രു. പുലി മുറിവ് നക്കൂല്ല. ശവം തിന്നുന്ന പുലിയുടെ വായ്ക്ക് എപ്പോഴും ഭയങ്കര മണാണ്. അതോണ്ട് പുലിക്കൊപ്പം ഈച്ച എപ്പോഴു മുണ്ടാകും. മുറിവ് പഴുത്ത് കാട്ടിൽ ചത്തുകിടക്കുന്ന പുലികളെ നാങ്ങ കണ്ടിട്ടുണ്ട്. അന്നൊക്കെ നാങ്ങ കാട്ടിത്തന്നെയാണ് കാലികളുമായി. ഭക്ഷണമില്ലാത്തോണ്ട് നാങ്ങ സ്കൂളിപ്പോകൂല്ല. കണ്ടികടന്നുവേണം സ്കൂളിപ്പോകാന്. കാടാണ് നങ്ങടെ സ്കൂളും ഭക്ഷണവുമൊക്കെ. ആരേലും പറഞ്ഞാൽ രണ്ടു ദിവസം സ്കൂളിപ്പോകും. പാക്കം സ്കൂളൊക്കെ പിന്നീടാണുണ്ടായത്. ഇന്ന് സ്ഥിതിമാറി.

ആദിവാസിക്ക് നാളത്തെക്കുറിച്ച് ചിന്തയില്ലാത്തോരാണെന്ന അപവാദത്തിന് ആരാണുത്തരവാദി. അതേക്കുറിച്ച് വെറുതെ ചോദിച്ചപ്പോൾ മൂപ്പൻ പറഞ്ഞു. “അക്കാലൊക്കെ കഴിഞ്ഞു. നാങ്ങക്ക് മാറ്റമുണ്ട്. ഇപ്പോ കുടീല് സർക്കാരുദ്യോഗള്ളോരുണ്ട്.അറിവുള്ളോരുണ്ട്. ആചാരങ്ങള് കാത്തു സൂക്ഷിക്കുന്നോരുണ്ട്. എല്ലാരും എപ്പോഴും ജോലിചെയ്യുന്നവരാണ്. ഒരു കുഴപ്പമെയുള്ളൂ. നങ്ങളുടെ ഭൂമിയെല്ലാം സർക്കാരിന്റെ കൈവശാണ്. നങ്ങക്ക് സർക്കാര് ഭൂമി തരണം. ഇന്ന് അതിനുവേണ്ടി കൂട്ടക്കാര് സമരം ചെയ്യുകയാണ്. ഇന്ന് വിറകിനു പോലും കാട്ടിക്കേറാൻ പേടിയാണ്. അന്ന് ഫോറസ്റ്റുകാരുമായി നല്ല സൗഹൃദമുണ്ടായിരുന്നു .നല്ല കുത്തരിയും കാട്ടിറച്ചിയും നാങ്ങ അവർക്ക് കൊടുക്കുമായിരുന്നു. നായാട്ടിന് അവറ്റാളുക്കും കുഴപ്പമില്ല. അന്നൊക്കെ കാട്ടിലായിരുന്നു കൃഷി;കർത്തൻ,വെളിയൻ, ചോമാല ഇവയൊക്കെ വിതച്ച് വിളവെടുക്കും. കൃഷിക്കു ചുറ്റും മുളവാരികെട്ടി തിരിച്ച് ആനയും, പന്നിയുമിറങ്ങാതെ കാവലുകിടക്കും. അമ്പും വില്ലും നാങ്ങളെ ചതിക്കൂല്ല അതുകൊണ്ട് അതെപ്പോഴും കൂടെയുണ്ടാവും. തോക്കാണേല് ചിലപ്പോ പൊട്ടാതെ വരാല്ലോ? രാത്രിയിൽ പൊത്ത കത്തിച്ച് മരത്തുമ്മേല് മാടത്തേക്കേറിക്കിടക്കും എന്നിട്ട് താഴെ തീയ്യിടും. ആ ചൂടില് നല്ല സുഖാണുറങ്ങാൻ. ആനവന്നാലാദ്യം ഇല്ലിക്കമ്പ് കൂട്ടി അടിച്ച് ശബ്ദമുണ്ടാക്കും. തുളഞ്ഞുപോകുന്ന ഒച്ചയാണ് ഉണങ്ങിയ മുളങ്കമ്പിന്. അതുകേട്ടാല് ആന പാഞ്ഞാളയും. ഇപ്പോ പാട്ടയാണ് ഉപയോഗിക്കുന്നത്.

പോകാത്ത ആനക്കിട്ട് ബെറിവെക്കും. (തെറ്റാലിക്കല്ല്) കല്ല് തട്ടിയാല് പിന്നെ ആന ആ പ്രദേശത്ത് നിക്കൂല്ല, അലറിപ്പായും. കുറുമ്മരുടേതായിരുന്നു അന്ന് കാട്മുഴോനും. പണിയരൊക്കെ പിന്നീടാണ് ബന്നത്. തേക്കും കൂപ്പുണ്ടാക്കാൻ ഫോറസ്റ്റുകാർക്കന്ന് നങ്ങവേണായിരുന്നു. അതോണ്ട് നല്ല ബന്ധമായിരുന്നു അവരുമായി. ഇന്ന് തേക്ക് മുഴോനും വെട്ടി ലേലം ചെയ്യുകയാണ്, മുള മുറിച്ച് കാടൊഴിയുകയാണ്, തീ കേറി നശിക്കയാണ്..........എങ്ങനെയായാലും നാങ്ങടെ കാട് മുടിയുകയാണ്."

പൊടുന്നനെ മൂപ്പൻ അസ്വസ്ഥനായതുപോലെ തോന്നി. പിന്നെ,അടക്കവായിലിട്ടു ചവച്ച് കുറച്ചുനേരം ഒന്നും മിണ്ടാതിരുന്നു.

കോലുംകൊള

മുളഞ്ഞിക്കോലാണ് (ബെളിഞ്ചി)പക്ഷിപിടുത്തത്തിന് നങ്ങ ഉപയോഗിക്കുന്നത്. ഇല്ലിപൊട്ടിച്ച് ചീന്തിയെടുക്കുന്ന കോല് ചന്ദനത്തിരി വണ്ണത്തില് നീളത്തില് ഉഴിഞ്ഞെടുക്കും. ഇതിന് കോലുംകൊളയുണ്ടാക്കല് എന്നാണ് പറയുക. അതിനൊരു കണക്കുണ്ട്;നൂറ്..... അമ്പത് എണ്ണം. ഇങ്ങനെ ജോഡിയായി മാത്രമേ മുളഞ്ഞിക്കോല് ഉണ്ടാക്കൂ. അന്നൊക്കെ ധാരാളമായി പക്ഷികളെ ചുട്ടു തിന്നിരുന്നു. ചക്കപ്പാല്, അയനിപ്പാല് ,വെള്ളക്കോളിപ്പാല്, അത്തിപ്പാല് ഇതീന്നെല്ലാം മുളഞ്ഞിയെടുക്കും കോലുണ്ടാക്കാൻ. മുളഞ്ഞിയെടുക്കാൻ നങ്ങ കൂട്ടുകാരെല്ലാം കാട്ടിലേക്കൊരു പോക്കുണ്ട്. ഒത്ത മരംകണ്ടാല് വാക്കത്തിക്ക് ചുറ്റും കൊത്തി പൊട്ടിച്ച് വച്ച് നാങ്ങ നാര കിഴങ്ങ് മാന്താനായി കണ്ടിക്കുള്ളിലേക്ക് പോകും. കുറെക്കഴിഞ്ഞ് തിരിച്ചുവരുമ്പോള് റബർപ്പാലുപോലെ പശയൂറി നിൽക്കുന്നതുകാണാം മരത്തുമ്മേല്. അത് വിരലിന് തോണ്ടി ചെറിയ കലത്തില് നിക്ഷേപിക്കും. ഇതു വീട്ടിക്കൊണ്ടുപോയി അടുപ്പില് വച്ച് പാലുകാച്ചുംപോലെ കാച്ചിയെടുക്കും. തിളക്കുമ്പോള് നല്ല പത വരും. വെള്ളമുണ്ടങ്കില് നല്ല പൊട്ടലുണ്ടാകും ചീനിച്ചട്ടീല് എണ്ണപൊട്ടണപോലെ. പാകമായാല് നല്ല വാസന വരും, അത് കമ്പിനു തോണ്ടി പശക്കോലില് തൂക്കും. പിറ്റേന്ന് കൈകൊണ്ട് വലിച്ച് വീണ്ടും ചുറ്റി വെയിലത്ത് വച്ച് ഉണക്കി വേർപെടുത്തി വീണ്ടും ബലപ്പെടുത്തും. കോലില് പക്ഷിയിരുന്നാല് പിന്നെ വിടൂല്ല. ചിലപ്പോ ചിറകൊട്ടി ചത്തുകിടക്കുന്നതിനെ ആയിരിക്കും കിട്ടുക. മുളഞ്ഞിക്കോല് തൊടുമ്പം അറിയാം ബലം. അത് മരത്തോലിനുള്ളിലേക്ക് കേറ്റിവച്ചാണ് ഉറപ്പിക്കുക. ചെറിയ പക്ഷിക്ക്, വലിയപക്ഷിക്ക് അങ്ങനെ കണക്കുണ്ട്. വീഴുന്ന പക്ഷിയുടെ സ്വഭാവം അറിയാം. കുട്ടൻ,പാണലൻ, കരിയിലപ്പിട, ഉപ്പൻ, കവളംകാലി അങ്ങനെ

പലതും കിട്ടും. കിട്ടിയാല് തോലുപൊളിച്ച് തീയ്യിൽ വക്കിയെടുത്ത് വയറുകീറി കുടലെടുത്ത് മാറ്റി കറിവെക്കും. കൊക്കിന് പശക്കോലല്ല മുട്ടമ്പാണ് വിടുക. അല്ലെങ്കില് ബെറിവച്ച് പിടിക്കും. കൊക്കിന് എല്ലാണ് കൂടുതലും ഇറച്ചി കുറവാണ്. അക്കാലത്ത് ചേരപിടിയൻ പരുന്തുകളെ വീഴ്ത്താറുണ്ട്. തിന്നാനല്ല....അതിന്റ തൂവലുകൾ എടുത്ത് അമ്പിൽ കെട്ടാനാണ്. പക്ഷെ കിട്ടാൻ പാടാണ് കാരണം നമ്മളതിനെ കാണും മുമ്പ് അത് നമ്മെ കാണും. കാട്ടുകോഴിയെ അപൂർവ്വമായെ കിട്ടൂ. അതിനാണ് ഏറ്റവും രുചി. മയിലിനേയും തിന്നാൻ നല്ലതാണ്. പക്ഷെ, നാങ്ങ അവയെ സാധാരണ പിടിക്കാറില്ല. അതൊരു ദൈവപക്ഷിയാണ്.. നാങ്ങടെ കൂട്ടുക്കാർ,... മയിലെണ്ണ ഉളുക്ക് ചതവിനൊക്കെ ഇത് ഉപയോഗിച്ചിട്ടുണ്ട്.

കാട്ടട്ടകൾ

കാട്ടില് പലതരത്തിലുള്ള കാട്ടട്ടകളെ കാണാറുണ്ട്. പോത്തട്ടകളും നൂലട്ടകളുമാണ് സാധാരണ കാണുക. പോത്തട്ടകളുക്ക് വലുപ്പമുണ്ട്. നീർച്ചോലയുള്ളിടത്താണിത് കൂടുതലും. നൂലട്ടകള് കറുപ്പും,ചുവപ്പും ഇടകലർന്ന ഒരു സാധനമാണ്. മൊട്ടുസൂചിയുടെ പകുതിയെ നീളമുള്ളൂ. വളരെ സൂക്ഷിച്ചു നോക്കിയാല് മാത്രം വളഞ്ഞ് കൂതി കുത്തിപ്പൊന്തിച്ച് പോകുന്ന ഇതുങ്ങള് കൂട്ടക്കാരുടെ ചോര ധാരാളം കുടിക്കാറുണ്ട്. മഴക്കാലമായാല് മണ്ണിന്റെ വിള്ളലിക്കൂടി ഇതു പൊറത്തുവരും. സസ്യങ്ങളുടെ നീരാണ് അട്ടകള് ഊറ്റുക.

അട്ടകള് മുട്ടയിട്ടാണ് പെരുകുക. നൂലട്ടകള് മണിബന്ധത്തിലും ഇടുപ്പിലുമൊക്കെ കേറി ചോരകുടിച്ച് കഴിയുമ്പോഴാണ് പലപ്പോഴും മനുഷ്യര് അറിയുക. കാട്ടിക്കേറുമ്പോള് നാങ്ങ എണ്ണയില് പൊകലപ്പൊടി ഉപ്പിട്ട് കുഴമ്പാക്കി കാലുകളിൽ തൂക്കും. പിന്നെ കേറൂല്ല. കടിച്ചത് വലിച്ചാൽ പറിഞ്ഞ് പൊരാൻ ബുദ്ധിമുട്ടാണ്. പലപ്പോഴും മുറിഞ്ഞാണ് പോരുക. അട്ട കുത്തിയ സൂചിത്തുളയിലൂടെ ചോര നൂലുപോലെ ഒഴുകുമ്പോ ഒരു സുഖമുണ്ട്. എത്രതടഞ്ഞാലും ചോരനിക്കില്ല. തനിയേ നിൽക്കൂ. വിറകിനു പോകുമ്പോളൊക്കെ നൂലട്ടകൾ കടിച്ചു വീഴുന്നത് അറിയാറില്ല. കഴിഞ്ഞാഴ്ച്ച അഞ്ചാറെണ്ണം ഒന്നിച്ചു കേറീട്ടും ഞാന് അറിഞ്ഞില്ല. വേനലിൽ ഭൂമിചൂടായാല് മണ്ണിന്റെ തണുപ്പിലേക്ക് ഇവറ്റാള് താനെ വലിഞ്ഞാളയും. എങ്ങടി മണ്ണിൽ ഇപ്പോഴാണ് ചോരകുടിയൻ അട്ടകള് കൂടുതലും കാണുന്നത്. ചീതാദേവീടെ മണ്ണില് അട്ടകള് നിക്കൂല്ലാന്നായി

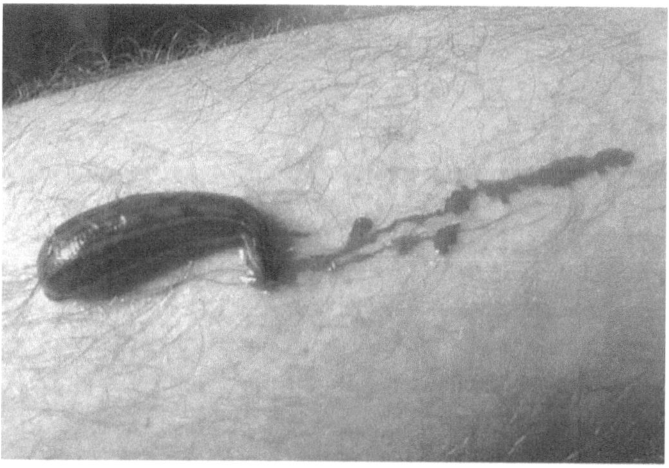

ചോരകുടിയൻ കാട്ടട്ട

രുന്നു വിശ്വാസം.

(പാക്കം സീതാദേവിയുടെ മണ്ണായതിനാൽ അട്ടകൾ ഇവിടെ ജനിക്കൂല്ലാന്നായിരുന്നു പഴമക്കാരുടെ വിശ്വാസം. വിശ്വാസം എന്തായാലും പുൽപ്പള്ളി മണ്ണിൽ അട്ടകളില്ല. അതിനു കാരണം ഈമണ്ണ് ഇല്ലിക്കാടുകൾ ധാരാളമുള്ള വനപ്രദേശമായിരുന്നു. വർഷം തോറും വേനലായാല് തീകേറി അടിക്കാടുകള് കത്തി നശിക്കുന്ന രീതി അട്ടകളെ തുരത്തി എന്നാണ് ശാസ്ത്രീയമായ നിഗമനം)

മൂപ്പൻ പറഞ്ഞു. പുഴയ്ക്കക്കരെ നെക്കുപ്പ മണ്ണിലാണ് നൂലട്ടകള് ധാരാളം ഉണ്ടായിരുന്നത്. ഈടില്ലായിരുന്നു. ഇപ്പം കാട്ടാടിന്റെയും, മാനിന്റെയും, പന്നിയുടേയു മൊക്കെ മേത്തൂന്ന് വീണ് ഈടെയുമായി.

അട്ടകടിച്ചാൽ ദോഷമൊന്നുമില്ല. അട്ടകള് നല്ലരക്തം എടുക്കൂല്ലാന്ന് എങ്ങടി ബിശ്വാസം, കൊള്ളാത്തതാണ് ഊറ്റുന്നത്. കാട്ടുകാരക്കാപ്പൊടി അരച്ച് പുരട്ടിയാലും അട്ടകേറൂല്ല. അതിന് എണ്ണമയമുള്ളതോണ്ട് കുഴമ്പുപോലെ തേക്കാം.

മയിൽ...

നാങ്ങക്ക് മയില് ദൈവപക്ഷിയാണ്. അത് നല്ല ഓമനത്വവും,തിരിച്ചറിവുമുള്ള പക്ഷിയാണ്. ആണും പെണ്ണും ഇണയായിട്ടാണ്വാസം. സാധാരണജനവാസമുള്ളിടത്തേ ഇവിച്ചാളെ കാണൂ. ഉൾക്കാട്ടിലേക്ക്

പോകൂല്ല തെളിഞ്ഞ സ്ഥലത്ത് പറക്കാനാണ് മയിലിന് ഇഷ്ടം. ഏതെങ്കിലും പടർന്ന ചോലച്ച മരക്കമ്പുകളിലാണ് ചേക്കേറുന്നത്. ഇണ ചത്ത് ഒറ്റപ്പെട്ടാല് മയില് ആഴ്ച്ചകളോളം തീറ്റ എടുക്കാതെ നിലവിളിച്ച് പറക്കും. ഇണയെ കാണാതായ സ്ഥലത്ത് വന്നിരുന്ന് നിലവിളിക്കും. കരച്ചിലു കേട്ടാല് മറ്റ് മയിലുകളൊക്കെ കൂട്ടത്തോടെ വന്ന് തിരയാൻ കൂടും മരിച്ചതറിയാതെ. പിന്നെ മറ്റൊരു ഇണയെ കിട്ടിയാലെ മയില് കരച്ചിലുനിർത്തൂ.

വേനലിലാണ് മയിലിനു വേളി. മയില് തെറയാടിയാണ് പെണ്ണിനെ വിളിക്കുന്നത്. തെറശബ്ദം കേട്ടാല് പെണ്ണ് എത്ര ദൂരത്താണേലും പറന്നു വരും. ഇണചേരാനെന്ന് നാങ്ങ പറയും. പീലി വിരിഞ്ഞാടുന്നത് വേളിക്കാണ്. കോഴിയേപ്പോലെ മയിലിന് കൊത്തിപ്പിടുത്തമുണ്ടങ്കിലും, മയില് ബീജം നിലത്തേക്ക് തെറിപ്പിക്കുമ്പോള് പെൺ മയില് കൊത്തിവിഴുങ്ങുമെന്നാണ് നാങ്ങ പറയുക. പിന്നീടാണ് മുട്ടയിട്ടാല് വിരിയുന്നത്. നല്ല വലിപ്പമുള്ളമുട്ടകളാണിതിന്. മുട്ടകള് രണ്ടോമൂന്നോ മാത്രംമിട്ട് അടയിരിക്കുകയാണ് പതിവ്. ആരും കാണാത്ത ഇടത്ത് മണ്ണിൽ കുഴിയുണ്ടാക്കി കരയിലകൊണ്ട് ഭംഗിയായി മൂടിയാണ് മയിലുകള് തീറ്റതേടിപ്പോകുന്നത്. ചൂടുകൊണ്ട് വിരിയാൻ പാകത്തിന് പൊടിമണ്ണിലാണ് മുട്ടയിടുക. വിറകിനോ മറ്റോ പോകുമ്പോഴാണ് പറക്കല് നോക്കി നങ്ങ മുട്ട കാണുക. മനുഷ്യര് മുട്ടകണ്ടന്നറിഞ്ഞാല് മയില് പിന്നവിടെ നിക്കൂല്ല. മുട്ടപോയാലും കരയാത്ത മയില് ഇണപോയാലാണ് കരയുക.

മുട്ട അടയിരുന്ന് വിരിയിച്ച് കുഞ്ഞുങ്ങളെ ആൺമയിലാണ് പോറ്റികൊണ്ടു നടക്കുന്ന്. പെണ്ണ് സഹായിക്കും. കോഴിക്കുഞ്ഞിനേപ്പോലാണ് മയിലുംക്കുഞ്ഞ് വിരിയുക. കുറേശ്ശേ നടത്തിയാണ് പറക്കാൻ പഠിപ്പിക്കുക. പരമാവധി ചിറകിനടിയിൽ തന്നെ കുഞ്ഞിനെ നിർത്തും. ഒരുമാസം കൊണ്ട് മയില് പറക്കാൻ തുടങ്ങും. പൊരുന്ന ഒന്നരമാസം മതിയാവും. ചീയമ്പത്ത് ഒരു നായ്കത്തിക്ക് കിട്ടിയ മുട്ട അരയിൽ വച്ചാണ് അവര് വിരിച്ചത്. എവിടെപ്പോയാലും അവിച്ച അത് അരയിൽ വെക്കുമായിരുന്നു. രാത്രിയിൽ തുണിയില് പൊതിഞ്ഞ് ഭദ്രമായികട്ടിലിനടിയില് വെക്കും. ഒരു ദിവസം മുട്ടവിരിഞ്ഞ് മയില് കുഞ്ഞ് പുറത്തു വന്നു. നായ്ക്കത്തി അയിനെ പൊന്നുപോലെ വളർത്തി . വലുതായപ്പോള് ഫോറസ്റ്റുകാരെത്തി മയിലിനെ കാട്ടിലേക്ക് പറത്തിവിടാൻ നോക്കി. മയിലു പോയില്ല. അതിപ്പോഴും നായ്ക്കത്തിക്ക് കൂട്ടായി കഴിയുന്നു.

ഇണങ്ങിയാല് മയിലങ്ങനെയാണ്,ഓടിച്ചാലും പോകൂല്ലാ. നാട്ടുമ്പുറത്ത് മനുഷ്യവാസമുള്ളിടത്ത് വസിക്കുന്ന മയില് നെല്ല്, മണ്ണിര, പാറ്റ,ചി

ആൺ മയിൽ

തലൊക്കെയാണ് തിന്നുന്നത്. മയിലുകളെല്ലാം ഒരേ നിറത്തിലാണ് കാണുന്നത്. മയില് ചാകല് കുറവാണ്. മയിലിനെ ദുഷ്ടമൃഗങ്ങൾക്ക് കൊല്ലാൻ കിട്ടൂല്ല. പാമ്പ് ചിലപ്പോൾ ചതിക്കാറുണ്ട്. നായ്ക്കര് ചവിട്ട് കെണിയും കൊത്തുകെണിയും വച്ച് പിടിക്കും. നങ്ങ അയിനെ പിടിക്കൂല്ല പക്ഷെ അബദ്ധത്തിലൊക്കെ കെണിയില്കുരുങ്ങി ചത്തുകിട്ടീട്ടുണ്ട്. ഇറച്ചി നല്ലതാണ്. ഇറച്ചിക്കുള്ളിൽ നെയ്മാലയുണ്ടാകും അതെടുത്ത് ഉരുക്കി മുളങ്കുറ്റിയിലാക്കിവയ്ക്കും. ഇത് ഉളുക്ക് ചതവ് എന്നിവക്ക് ഉപയോഗിക്കും. പൊള്ളലിന് ഇടും. എത്രകാലം വേണേലും മയിലെണ്ണ സൂക്ഷിച്ചു വെക്കാം. നാഡി ഞരമ്പിന് തേച്ചാല് ചതവ് പെട്ടന്ന് മാറും. ഇടക്ക് മയിലിന് പീലികൾക്കൊഴിഞ്ഞ് പുതിയവ വരാറുണ്ട്. കാട്ടിക്കേറിയാല് ചിലപ്പോള് പീലികൾ നിറയെ ചിതറി കിടക്കുന്നതുകാണാം. കുട്ടികളതെല്ലാം പെറുക്കിയെടുക്കും.

മുട്ട നായാട്ടിനുപോകുമ്പോഴാണ് സാധാരണ കാണുക. മുട്ടകളൊന്നും എടുക്കാൻ കാർന്നോന്മാര് സമ്മതിക്കൂല്ല. കാരണം അത് കാടിന്റെ സമ്പത്താണന്നാണ് അവിച്ച പറയുക. മക്കളെകിട്ടാന് മനുഷ്യര് കാത്തിരിക്കുംമ്പോലെ പക്ഷികൾക്കും തപസ്സുണ്ട്. അതിനെ കരയിക്കരുത്. മുയല്, കാട്ടുകോഴി, കാട്ടാട് എല്ലാം വളർത്തിനോക്കീട്ടുണ്ട്, പക്ഷെ മയി

ലുപോലെ ഒന്നും ഇണങ്ങൂല്ല. ഇണങ്ങിയ മയിലിനെ പട്ടിപിടച്ചു കൊല്ലും. അതോണ്ട് നാങ്ങക്ക് പേടിയാണ് മയിലിനെ വളർത്താൻ.

കാട്ടുപന്നി

മറ്റു മൃഗങ്ങളെപ്പോലെ സ്വഭാവഗുണമോ, ഓമനത്വമോ ഒന്നുമില്ലാത്ത ജന്തുവാണ് കാട്ടുപന്നി. അവിച്ചാല് തിന്നാത്ത വസ്തുക്കളില്ല. കാട്ടിലെ ശവം വരെ തിന്നുന്നത് പന്നിയാണ്. എതിലെ പോയാലും മനുഷ്യനെ പരമാവധി ഉപദ്രവിക്കും. കാട്ടിലെ കിഴങ്ങും. മണ്ണിരയും, നായുളി (മരുന്നുചെടി,ഇതിന്റെ കിഴങ്ങാണ് തിന്നുന്നത്) ഒക്കെയാണ് മൂക്കിനിളക്കി പന്നി തിന്നുന്നത്. നാട്ടിക്കേറിയാല് ഒന്നും ബാക്കിവെച്ചേക്കില്ല അവറ്റാള്, എല്ലാം നശിപ്പിക്കും. നൂറും ഇരുനൂറും പന്നികള് കൂട്ടമായിട്ടാണ് ആർത്ത് നാട്ടിലേക്ക് വരിക. ഒരിക്കലും മനുഷ്യനുമായി ഇണങ്ങാത്തതും, വിശ്വസിക്കാൻ കൊള്ളാത്തതുമാണ് കാട്ടുപന്നി. താഴെകോളനീലെ ഓണംമൂപ്പൻ കുറെനാളു മുമ്പ് ഒരു പന്നിക്കുട്ടിയെ വളർത്തീരുന്നു. നാങ്ങ പറഞ്ഞതാ ഇണങ്ങൂല്ലാ കൊന്നോളാൻ.കേട്ടില്ല. മുളവാരിക്ക് വേലിയുണ്ടാക്കി കയറില്കെട്ടിയിട്ടാണ് അയിനെ വളർത്തീത്. ഒരു വർഷമാകാറായപ്പോഴേക്കും പത്തറുപതു കിലോയായി. ഇണങ്ങീന്നു പറഞ്ഞ് ഓണൻ തീറ്റക്കായി കയറൂരിവിട്ടു. പന്നി അയാളെ വെട്ടിതാഴെയിട്ടിട്ട് കാട്ടിലേക്ക് ഒറ്റ ഓട്ടം. പിന്നെ അയിനെ കണ്ടിട്ടില്ല. ആ പന്നി തരം കിട്ടുമ്പോഴെല്ലാം വീട്ടിലുള്ളോരെ ഉപദ്രവിക്കാൻ നോക്കാരുന്നു. കാട്ടുമുയലും കാട്ടു കോഴിയൊന്നും ഇതുപോലെ ഇണങ്ങുല്ല. അതുപോലാ പന്നീം. ഇറച്ചിക്കല്ലാതെ ഒന്നിനും കൊള്ളാത്ത ജന്തു. അയിന്റെ മൂക്കിന്റെ ബലം കൊണ്ടാണ് കാട്ടുകിഴങ്ങിന് മണ്ണൊക്കെ കിളച്ചിളക്കുന്നത്. നായാട്ടിന് നാങ്ങക്ക് പന്നിയെ ഒത്തിരി കിട്ടീട്ടുണ്ട്. അയിന്റെ കുട്ടിയെ തൊട്ടാൽ പന്നി എവിടുണ്ടങ്കിലും പാഞ്ഞുവന്ന് കടിക്കും. ആൺ പന്നിയാണങ്കിൽ തേറ്റക്ക് വെട്ടിക്കളയും. കുട്ടികളെ കിട്ടിയാല് വളർത്താനൊക്കെ തോന്നുമെങ്കിലും വളർത്തില്ല ഭയങ്കര മണാണ്. പന്നി പെറ്റാല് ഒരുപാട് കിട്ടും. കണ്ടാമലേലെ തമ്പുവിനെ ഒരു ദീവസം പന്നി വെട്ടീട്ട് ഞരമ്പു പൊട്ടിപ്പോയി. തേറ്റകൊണ്ടാല് കത്തിക്ക് വെട്ടിയപോലെ കീറും. തേറ്റകാണുമ്പോള് ചെറുതാണന്നൊക്കെ തോന്നും. പക്ഷെ, വെട്ടിയാല് ബ്ളേടാണ്.

കാട്ടുപന്നിനെ കിട്ടിയാല് തലഭാഗം വീട്ടികൊണ്ടുവന്ന് വീതം വെക്കും. അതൊരാചാരമാണ്. കാൽക്കുറവ് കൊന്നോനും,തലപിടിക്കു

ന്നവന് കുടലും, അങ്ങനെയുണ്ട്. പന്നി വീണാല് കുടലുകാര് ബന്നോളീ എന്ന് എയ്തവൻ വിളിച്ചു പറയും. അതുകേട്ട് ആദ്യമെത്തി തലപിടിക്കുന്നോനാണ് കുടല് കൊടുക്കുക. അത് മരുന്നാണ്. കരളെടുത്ത് ചുട്ട് പൊടിച്ച് കുഞ്ഞുങ്ങൾക്ക് കൊടുത്ത് പേരിടുന്ന ചടങ്ങുമുണ്ടായിരുന്നു. ഇപ്പാതൊന്നുമില്ല. ആ കുട്ടിടെ പേരിലായിരിക്കും ആ ദിവസത്തെ നായാട്ട്. 'കരള് തീറ്റി പേരിടല്' എന്നാണ് നാങ്ങ അതിന് പറഞ്ഞിരുന്നത്. ചൊറിയനെന്നോ, കരിമ്പനെന്നോ,ഉച്ചനെന്നോ ഒക്കെയിടും പേര്. ഇന്നങ്ങനെയുള്ള പേരുകളൊന്നുമില്ല, ആചാരങ്ങളുമില്ല..അന്നൊക്കെ-കമ്പിയൻ, കാരളൻ, തോണ്ടൻ, ഇങ്ങനത്തെ പേരുകളായിരുന്ന നാങ്ങക്ക്. കാട്ടു പന്നിക്ക് ചെന പൊട്ടുമ്പോള് കരഞ്ഞുനടക്കും. പെൺപന്നിയാണങ്കില് കൊറകൊറാന്ന് കീറും. അപ്പോളാണ് ആൺപന്നി മുക്രയിട്ട് അയിനെ സമീപിക്കുക. ചെന കൊടുക്കാന് പന്നിക്ക് ഒത്തിരി സമയം പിടിക്കും. കേറിനിന്നാല് ഇറങ്ങണത് കണ്ടിട്ടില്ല. കയറുപിരിയുംമ്പോലെ പിരിഞ്ഞാണ് അണ്ടി. അത് കറക്കി കറക്കിയാണ് പന്നി ചെന കൊടുക്കുന്നത്.. ഇനത്തിൽ, തനി കറുപ്പും, ചെമ്പനും വെള്ളപ്പാണ്ടുള്ളതുമൊക്കെയുണ്ട്കാട്ടില്. ഒരിക്കല് തേക്കുംകൂപ്പില് വച്ച് ഒന്നിനെ എയ്തപ്പോള് അമ്പ് മർമ്മത്ത് കൊണ്ടില്ല. ചാകണേല് ചെവിട്ടത്തോ നഞ്ചത്തോകൊള്ളണം അമ്പ്. കാലുമുറിഞ്ഞാല് വിണുകിടക്കും. മൂന്നുകാലില് പോകൂല്ല. പിന്നെ മർമ്മത്ത് എയ്തുകൊള്ളിക്കും നാങ്ങ കൂട്ടത്തോടെ. കത്തിയമ്പിന് വീഴാത്ത പന്നി ഓടിപ്പോയി വേങ്ങച്ചോട്ടിലെ മണ്ണിലുകിടക്കുന്നത് കാണാം. വേങ്ങക്കറവിണ ചുവടുമണ്ണ് പന്നിക്ക് മരുന്നാണ്. അല്ലേല് മരത്തേല് മുറിവുരച്ച് പന്നി മുറിവ് വേഗം ഉണക്കാൻ നോക്കും. അതുപോലെ ഒരു മൃഗത്തിനും മുറിവുണക്കാനാവൂല്ല. അതുകൊണ്ട് നാങ്ങയും വേങ്ങക്കറ മരുന്നിനായി ഉപയോഗിക്കാറുണ്ട്. തൂക്കം കൂടുതലുള്ള പന്നി അധികം ഓടാറില്ല. പതുക്കയെ നീങ്ങൂ അങ്ങനത്തെ പന്നികളെയാണ് എയ്യലിന് കൂടുതലും കിട്ടുക.

മുറിവായാല് പന്നിക്ക് ദേഷ്യം ഇരട്ടിക്കും. അന്നേരം മനുഷ്യനെ കിട്ട്യാല് പുലിപോലെ ചീറ്റികടിച്ച് മാന്തികൊല്ലും. അങ്ങനെ പട്ടിനെയൊക്കെ കൊന്നിട്ടുണ്ട്. അന്നേരം പന്നിന്റെ പുകിരി (കുഞ്ചിരോമം) കമ്പിപോലിരിക്കും. ആസമയത്ത് പന്നി ചാകാതെ മനുഷ്യേനോ, പട്ടിയോ അടുക്കൂല്ല. അലർച്ച കാടുമുഴുവനും ഞടുക്കും. എങ്കിലും ചുറ്റും നിന്ന് ധാരാളം പേര് കത്തിയമ്പ് തറപ്പിച്ച് കൊല്ലും. ഇന്ന് നായാട്ടിന് കണ്ണിക്ക് പൂകാത്തോണ്ട് പന്നിപെരുക്കം പറമ്പില് കൂടുതലാണ്. പന്നിപെരുകും പോലെ ഒരു മൃഗോം കാട്ടില് പെരുകൂലാ. അതിന്റെ ശല്ല്യം കോളനി

ക്കാർക്ക് പറമ്പിലും പാടത്തും ഇന്ന് സഹിക്കാൻ പറ്റണില്ല...

മുള്ളൻപന്നി

ചെറുപ്പത്തില് നായാട്ടിന് നങ്ങ മുള്ളൻ പന്നിയെ പിടിക്കാനും പോയിട്ടുണ്ട്. പകല് അപൂർവ്വമായേ അവറ്റാളെകാണൂ. രാത്രിയാണ് മുള്ള മ്പന്നി ഇരതേടി ഇറങ്ങുന്നത്. എയ്യമ്പാരിയുണ്ടാക്കി (എലിമാളം പോലെ തുരന്ന മാളം)അതിനുള്ളിലാണ് മുള്ളൻപന്നിടെ കിടത്തം. രണ്ടോ മൂന്നോ എണ്ണമൊക്കയേ കാണൂ. ഇതങ്ങനെ പെരുത്തു കാണുന്നില്ല. തീറ്റ കിഴങ്ങു വർഗ്ഗങ്ങളാണ്. മണ്ണിരയൊന്നും ഇതു തിന്നൂല. ചില ചപ്പു കളൊക്കെ തിന്നും. ഒളിച്ച് നാട്ടിലിറങ്ങി കപ്പയും ചേമ്പും മാന്തി തിന്ന് പോകാറുണ്ട്. ഒരു മൃഗവും അതിന്റെ നേരെ അടുക്കൂല്ല. അത്രക്കും പേടിയാണ് മറ്റുജന്തുക്കൾക്കതിനെ. അതിന്റെ മുള്ളുകൊണ്ടാല് വിഷാണ്. ഭയങ്കര കടച്ചിലായിരിക്കും. നാങ്ങ മഞ്ഞളൊക്കെ തേച്ചാണ് കട്ട് ഇറക്കുന്നത്. ശത്രുവിനെ കണ്ടാല് ഈ ജന്തു മുള്ള് അമ്പ് പോലെ നിർത്തും, പിന്നെ ശരീരം കറക്കി കുടയുമ്പോഴാണ് മുള്ള് പാഞ്ഞ് കേറുക. പുലിയൊന്നും അടുക്കൂല. അടുത്താല് പുലിചാകും. കുഞ്ഞു ങ്ങൾക്ക് ചെറുപ്രായത്തിൽ മുള്ളില്ല. മുയലിന്റെ പോലുള്ള മോന്തക്ക് മണ്ണ് കുത്തി ഊരകൊണ്ട് മണ്ണ് തള്ളിയാണ് എയ്യമ്പാരിയുണ്ടാക്കുക. അങ്ങനെ തിരഞ്ഞാലൊന്നും മാളം കാണൂല്ല. നായയാണ് ഇതിന്റെ മാളം കാട്ടിത്തരുക. മുള്ളമ്പന്നിക്ക് ഒരു പ്രായത്തില് മുള്ള് കൊഴിഞ്ഞ് പിന്നെയും വരുകയാണ്. കുഞ്ഞങ്ങൾക്ക് തോട്ടീന്ന് എയ്യം കുളയിൽ വെള്ളം കൊണ്ടുപോകുന്നത് കണ്ടിട്ടുണ്ട്. (വാലിനടിയിൽ ചെറിയ പാത്രംപോലുള്ള ഭാഗമാണ് എയ്യംകുള) ഇത് മാളത്തിൽ ദിവസങ്ങ ളോളം കിടന്നുറങ്ങാറുണ്ട്. നങ്ങ ഇതിന്റെ എയ്യംമ്പാരിക്ക് മുമ്പിൽ തീയ്യിട്ട് പുകച്ച് മാളം അടക്കും. ചത്ത് വക്കത്ത് കിട്ടിയില്ലേല് മാളം പൊളിച്ച് കേറും. ഇതിന് ഓട്ടം കുറവാണ്. അതുകൊണ്ട് പുറത്തിറങ്ങിയാല് അമ്പിന് കിട്ടും. കുട്ടിപ്പന്നീടെ വലുപ്പമേ ഇതിനുള്ളൂ. ഇറച്ചിക്ക് മുള്ള് പറിച്ച് കളഞ്ഞ് തൊലി കരിച്ചെടുക്കും. മുള്ള് നാങ്ങ മരുന്നിന് എടു ത്തിട്ടുണ്ട്. കുടലും ഉണക്കി മരുന്നിനെടുക്കും. കുട്ടികളുടെ ചൊറിക്കും ചിരങ്ങിനുമൊക്കെ അരച്ചിട്ടാല് വേഗം കരിയും. ഇതിന്റെ മുള്ള് തെറി ച്ചാല് സസ്യങ്ങളൊക്കെ കരിയും. വാഴെയൊക്കെ കൂമ്പടച്ചുപോയിട്ടുണ്ട്. ഇപ്പോ മൈസൂർ കാട്ടീന്നൊക്കെയാണ് മുള്ളൻപന്നി വരുന്നത്. പാക്കം കാട്ടിലൊക്കെ അടുത്തകാലത്ത് കണ്ടൂന്ന് കാട്ടിപ്പോണോര് പറഞ്ഞ് കേട്ടിട്ടുണ്ട്.

കാട്ടുകോഴീം കുളക്കോഴീം

കൊയ്ത്തു കഴിയുന്ന സമയം നോക്കിയാണ് നാങ്ങ കുളക്കോഴീക്ക് കെണിവെക്കാനായി ഇറങ്ങിയിരുന്നത്. കുളക്കോഴികള് നെല്ലും പ്രാണിയുമൊക്കെ തിന്നാനിറങ്ങുന്ന സമയമാണത്. തെളിഞ്ഞ സ്ഥല മായതിനാൽ വേഗം കണ്ടെത്തും. ചെറുപ്പത്തിലാണ് കാട്ടു കൊഴീടെ ഇറച്ചിയൊക്കെ തിന്നിട്ടുള്ളത്. കയ്യിൽ കെണിയും, ബെറിയും, മുട്ടമ്പു മെല്ലാം മുണ്ടാകും വെട്ടയ്ക്കിറങ്ങുമ്പോഴ്. കോഴിക്കുട്ടീടത്രേ കുള ക്കോഴികള് ഉണ്ടാകൂ.ആളെക്കണ്ടാല് ശരംപോലെ പറക്കുന്ന ഇവയെ പിടിക്കാൻ വലിയപാടാണ്. കൊല്ലിത്തോട്ടിറമ്പുകളിലാണ് സാധാരണ ഇതുണ്ടാവുക. ചിലപ്പോള് മീൻകൊത്തി പരവകളേയും കിട്ടും. രണ്ടു തരം കുളക്കോഴികളെ കണ്ടിട്ടുണ്ട്. ഒരിനം പടർപ്പിനുള്ളീന്ന് പുറത്തിറ ങ്ങൂല്ല. മണ്ണിരയും പ്രാണികളെയുമാണ് തിന്നുക. ചോലയ്ക്കുള്ളില് കൂടുകെട്ടിയാണ് കുളക്കോഴികള് മുട്ട ഇടുക. ഒരിക്കലും ഇണങ്ങാത്ത ഇനമാണ് കുളക്കോഴികള്. എത്രപാടുപെട്ടാലും കിട്ടാനക്കൊണ്ട് വിഷമം.

എന്നാലും ചിലപ്പോള് ബെറിയില് കിട്ടും. കിട്ടിയാല് പപ്പ് വക്കി ചുട്ടാണ് തിന്നിരുന്നത്.. കാട്ടുകോഴികളും രണ്ടിനമുണ്ട്. മുണ്ടക്കോഴീം, മൂടക്കോഴീം, എത്രഓടിച്ചാലും കാട്ടുകോഴികളെ കിട്ടൂല. ശരംപോലാണ് പാച്ചില്. ഇല്ലിക്കുണ്ടക്കുള്ളിലും, വള്ളിപ്പടർപ്പിനുള്ളിലും കേറിയായാൽ പിന്നെ കാണൂല. പൂവൻ കാണാൻ നല്ല ശേലാണ്. നീളമുള്ള അങ്കവാ ല്, ചുവപ്പും നീലയും വെള്ളയും കലർന്ന ഭംഗി. എയ്താണ് പിടിക്കാറ്. പട്ടിപിടിച്ചും കിട്ടിയിട്ടുണ്ട്. വേനൽക്കാലത്ത് ഭയങ്കര അണപ്പായതോണ്ട് അധികം ഓടൂല്ല കാട്ടുകോഴി.അണച്ചാൽ ഇല്ലിക്കുണ്ടക്കുള്ളിൽ കേറി ഒളിച്ചാളയും. മഴക്കാലത്ത് നനഞ്ഞൊട്ടി അധികം പുറത്തിറങ്ങൂല്ല. ഇറ ച്ചികുറവാണ് എല്ല് കറുമുറെ ചുട്ടുകടിച്ചു തിന്നും.

നല്ല ചോലയുള്ള മരക്കമ്പുകളിലാണ് ഇണകളായി മുണ്ടക്കോഴി കള് ഉറങ്ങുന്നത്. രാത്രീല് പണ്ട്നങ്ങ കാട്ടുകോഴീനെ പിടിക്കാൻ പൊത്തകെട്ടിയാണ് കാട്ടിപ്പോയിരുന്നത്. പകല് കാഷ്ടം കിടക്കുന്ന സ്ഥലവും ഇരിക്കുന്ന കമ്പും നോക്കി വെക്കും. കോഴിയുണ്ടങ്കിലും കാണാത്തമട്ടില് കാഷ്ടത്തിനു ചുറ്റും കരിയില അടിച്ചു മാറ്റി ചവിട്ടി യാല് ഒച്ചകേൾക്കാത്ത വിധമാക്കും. രാത്രീല് അനങ്ങാതെപൊത്തക ത്തിച്ചെത്തി നേരെ മുകളിലേക്ക് നോക്കി അമ്പ് വിടും. പടപടാന്ന് കോയി താഴെ വീഴും. ഒച്ചയുണ്ടായാല് രാത്രീലും കോയി ലക്കില്ലാതെ പറക്കും. മഞ്ഞുള്ള സമയത്ത് കോഴി ചിറകിനടിയിലേക്ക് കൊക്ക്വച്ച് സുഖമായി ഉറങ്ങും. ആ സമയത്താണ് കൂടുതലും കിട്ടുക. അപ്പോളതിന് ഒച്ച

അധികം കേൾക്കാനാകൂല്ല. ആനയില്ലാത്ത സമയം നോക്കിയാണ് രാത്രീല് പോകുക. ആനക്ക് മുമ്പിൽ പെട്ട് ഓടീട്ടുമുണ്ട്. മുണ്ടക്കോഴി മരക്കവരകളിലും, പൊങ്ങിയ ഇല്ലിപ്പൊത്തിലുമാണ് മുട്ടയിടുക. സാധാരണ കോഴിമുട്ടപോലെ,എട്ടോ പത്തോ ഒക്കെ കാണും. ഒരിക്കൽ പൊതുക്കക്കോഴി (പൊരുന്ന)പറക്കുന്നത് കണ്ട് മരപ്പൊത്തിലേക്ക് കേറി നോക്കിയപ്പോള് എട്ടു മുട്ട കണ്ടു. നങ്ങയതെടുത്തില്ല എടുത്താല് തെറ്റാണ് മൂപ്പൻ വഴക്കു പറയും. മൂടക്കോഴി ചെറുതാണ്. അത് നിലത്ത് ആഴമുള്ള കുഴികളിലാണ് മുട്ടയിടുക. പത്തും പതിനഞ്ചുമൊക്കെ കാണും. വേനലില് കോഴി നമ്മളെക്കണ്ടാല് കാണാത്തമട്ടിൽ കരിയിലക്കുള്ളിലേക്ക് തല ഒളിപ്പിച്ചു അനങ്ങാതെ നിക്കും. അല്ലെ ഇല്ലിമറക്കുള്ളിലേക്ക്. പക്ഷെ നമ്മൾ അയിനെക്കാണും. അതുവിചാരിക്കും കാണുന്നില്ലാന്ന്. അപ്പോ വിടും അമ്പ്. തവിട്ടു നിറമുള്ളകോഴിയാണ് മൂടക്കോഴികൾ. നാട്ടുകോഴികരയുംമ്പോലെ തന്നെ അത് കൊക്കി കൊക്കികരയും നേർത്ത ശബ്ദത്തില്.

മൂടക്കോഴി നാട്ടിലിറങ്ങൂല്ല. മുണ്ടക്കോഴി നാട്ടിലേക്ക് നെല്ല്, മുതിര വിട്ടില് ..., ഇവയൊക്കെ തിന്നാനിറങ്ങും. കാട്ടുകോഴികൾക്ക് എല്ലാണ് ഇറച്ചിയേക്കാളും. നല്ല രസാണ് ഉള്ളത് ചുട്ടുകടിച്ചു തിന്നാനൊക്കെ.

കാട്ടാടും മാനും

ഒറ്റക്കും പെട്ടക്കുമൊക്കെ അപൂർവ്വമായേ കാട്ടാടിനെ കാടതിർത്തിയില് കാണൂ. കാട്ടാട് ചെറുതാണ് കുട്ടിമാനിനെപോലെ തോന്നും. അത്ര വലിയബന്ധമൊന്നുമില്ല നാങ്ങക്ക് കാട്ടാടുമായി. ഒരിക്കലതിനെ കോളനിക്കാർ പിടിച്ച് വളർത്തി നോക്കീട്ടുണ്ട്. മനുഷ്യനെകണ്ടാല് ഭയങ്കര പേടിയാണ് ഇതിന്. കോളനീല് ധാരാളം നായ്ക്കളുള്ളതോണ്ട് അഴിച്ചുവിട്ടാലും പുറത്തിറങ്ങൂല്ല. എങ്കിലും കയറില്കെട്ടിയിട്ടാണ് വളർത്തീത്. ഒരിക്കല് നായാട്ടിന് കാട്ടീപോയപ്പം കുട്ടീനെ കിട്ടീതാണ്. ആളെകണ്ടാല് ഒറ്റച്ചാട്ടത്തിന് കാട്ടിലൊളിക്കും. പഴുത്ത ഇലേടെ നിറമാണ് വയറിന് മേലേ വെളുപ്പും. കുറ്റിവാലും,കുറ്റിച്ചെവിയും ചെറിയതലയുമാണ് ഇതിന്. ഒരിക്കല് ഫോറസ്റ്റ്കാർ വന്ന് കാട്ടാടിനെ പിടിച്ച് കാട്ടികേറ്റിവിട്ടു. അത് പോയില്ല തിരികെവന്നു. പിന്നെ പട്ടി പിടിച്ചാണ് അത് ചത്തത്. കാട്ടാട് കൂനിക്കൂടി ഓടാമ്പാകത്തിനാണ് എപ്പോഴും നിൽപ്പ്. കണ്ടാല് പാവം തോന്നും. കാട്ടിലെ പഴങ്ങളും പൂക്കളുമാണ് തീറ്റ. കുമ്പുളും കായ, കലയംകായ ഞാവലുപഴം,മരത്തിന്റെ ഇലയോ കൊമ്പോ തിന്നൂല്ല.കിളുപ്പ് പുല്ല് നല്ലോണം തിന്നും.അമ്പ് എയ്താണ് കാട്ടാടിനെ

പിടിക്കുക. ചെറിയകുട്ടീനെ വീഴ്ത്തൂല. ചിലപ്പോ പട്ടികടിച്ചാണ്കൊല്ലാറ്. കാട്ടാടിന്റെ തൊലിയാണ് ഉച്ചാലിന് തപ്പകൊട്ടാൻ ഇടുന്നത്. നല്ല ശബ്ദം കിട്ടും. മാനിന്റെ തോലും ഇടും. വർഷംതോറും തപ്പക്ക് പുതിയ തോലിടണമെന്നാണ് നിയമം. ഇപ്പോ,പഴയതുതന്നെ മിനുക്കിയിടുകയാണ്. കാട്ടിലുള്ള മറ്റു മൃഗങ്ങളുമായി ചങ്ങാത്തം കൂടാത്ത ഇനമാണ് കാട്ടാട്. ഭയങ്കര പേടിയാണ് മറ്റെല്ലാ മൃഗങ്ങളേയും കാട്ടാടിന്.

മാനിന് നല്ല ഇണക്കമുണ്ട്;വളർത്താന് കുറേക്കൂടി എളുപ്പമാണ്. മനുഷ്യരുമായി കുറേക്കൂടി സമ്പർക്കമുള്ള ഇനം മാൻതന്നെയാണ്. മനുഷ്യർ കൊല്ലുന്നതുകൊണ്ടാണ് കാട്ടിനുള്ളിലേക്ക് ഇതോടുന്നത്. പക്ഷെ അതിന്റെ തീറ്റയും സഹവാസവും എപ്പോഴും കാടതിർത്തികളിലാണ്. ഉപ്പിട്ടു കൊടുത്താല് തിന്നാൻ വരും. പിന്നെ മാറൂല്ല. നരി പുലി ചെന്നായകളൊക്കെ ഇതിനെ ശരിപ്പെടുത്തിക്കളയും.അതുകൊണ്ടാണ് ഇത് കാടതിർത്തി വിടാത്തത്. നാട്ടുമ്പുറത്ത് തന്നെയാണ് പലപ്പോഴും ഇത് ചത്തുവീഴുന്നതും. എത്ര ഓടിച്ചാലും കാടതിർത്തി വിടൂല്ല. കാട്ടിക്കേറിയാല് മാൻകൊമ്പ് വീണുകിടക്കുന്നതുകാണാം. പ്രായമായാല് ചപ്പിൽ കുടുങ്ങി കൊമ്പ് ഊരിവീഴുന്നതാണ്. അല്ലേല് കുത്തുകൂടി വീഴും. പിന്നെ കൊമ്പു മുളക്കൂല്ല. അവിടെ രണ്ട് മുഴകളാണ് വരുക. കണ്ടത്തില് ഞാറ് പാലായാല് കൂട്ടത്തോടെ തിന്നാൻ വരും. മൂത്താല് നെല്ല് തിന്നില്ല. വായ നെല്ലു കുത്തി മുറിയുന്നതുകൊണ്ടാണത്. പാൽനെല്ല് തിന്നാനായി പത്തും നൂറും എണ്ണംകൂട്ടമായാണ് മിക്കവാറും വയലിലേക്ക് വരിക. കാവലില്ലേല് നെല്ലൊന്നും കിട്ടൂലാ. മനുഷ്യന്റെ തലവെട്ടം കണ്ടാല് മതി അവറ്റാള് വലിഞ്ഞോളയും.

മൂപ്പൻ പിച്ചാത്തിപ്പിടി രണ്ടണ്ണം എടുത്തുകാട്ടി, എന്നിട്ട് പറഞ്ഞു.

മാൻ കൊമ്പ് ഊരാളികള് പിച്ചാത്തിപ്പിടിക്കും കത്തിപ്പിടിക്കുമൊക്കെ എടുക്കും.അത് കാട്ടിക്കിടന്ന് കിട്ടുന്നതാണ്. കാട്ടാടിന്റെ കൊമ്പിനും കവരയുണ്ട്. മലമാനിന്റെ കൊമ്പിന് വലിയവണ്ണമാണ്. കോളനിക്കാരല്ലാത്തോർ ഉപ്പിട്ടുകൊടുത്ത് മാനിനെ ആകർഷിപ്പിച്ച് ചവിട്ടുകെണിയിൽ വീഴിക്കും. അതിന് നാങ്ങടെ തൈവം സമ്മതിക്കൂല്ല. അത് തെറ്റാണന്നാണ് നങ്ങടെ വിശ്വാസം.

കാട്ടുപോത്ത്

നാങ്ങ അതിനെ കാട്ടീന്നാണ് പറയുക. പച്ചിലകളും കായകളുമാണിതിന്റെ തീറ്റ. നാട്ടിലെപോത്തുപോലെയല്ല കാട്ടുപോത്ത്. കണ്ടാല്പേടിയാകും ഒറ്റനോട്ടത്തില്.കുട്ട്യാനപോലുണ്ടാവും. പശൂന്റെ പോലാണ്

മലങ്കാട്ടി

കൊമ്പും തലയുമൊക്കെ. ഒരാളിനേക്കാളും പൊക്കമുണ്ടാകും കരിങ്ക റുപ്പുള്ള ഈ ജന്തുവിന്. മൂന്നാലുതരം കാട്ടികളുണ്ട്, മലങ്കാട്ടി, കരി ങ്കാട്ടി പശുക്കാട്ടി, എന്നൊക്കെ. പശുക്കാട്ടിന്റെ കൊമ്പ് കൂർത്ത് മൂർത്താണ്. വെട്ടുകൊണ്ടാല് തീർന്നു. കൂട്ടമായിട്ടാണ് കാട്ടികള് നടപ്പ്. ചിലപ്പോ പത്തും നാപ്പതും കാണും ഒരു കൂട്ടത്തില്. അപൂർവ്വമായെ ഒറ്റക്ക് കാണൂള്ളൂ. വെള്ളോള്ളടത്താണ് സാധാരണ നിക്കുക.

മലങ്കാട്ടി കുന്നുകളിലൂടെ പുല്ലുതിന്നാണ് നടക്കുക. ചങ്ക് നിലം മുട്ടി യാണ് കാണുക. ഊര പൊങ്ങി ഭയം തോന്നും നിപ്പ്കണ്ടാല്. പക്ഷെ മനുഷ്യേനെ കണ്ടാല് ഇവറ്റാള് പേടിച്ചു തൂറിയാണ്. ഒറ്റപ്പോക്കുപോ യാല് വഴിക്കുള്ളതെല്ലാം തകർത്താളയും. ശരംപോലാണ് പാച്ചില്. മനു ഷ്യനെ തിരഞ്ഞു പിടിച്ച് ആക്രമിക്കുന്ന സ്വഭാവോന്നും കണ്ടിട്ടില്ല. ആ നകള് തിന്നാനായി ഇല്ലി ഒടിച്ചിടുന്നത് കണ്ടാല് പാഞ്ഞുവന്ന് ആനകളെ കുത്തിഓടിച്ച് അത് തിന്നും. ആനകൾക്ക് പേടിയാണതിനെ. അത്രക്കും മുരൾച്ചയാണതിന്. മനുഷ്യനെ കണ്ടാല് അനങ്ങാതെ നിന്നാല് ആക്ര മിക്കൂല്ലാ. തലപൊക്കി നോക്കീട്ട് പിന്നേം തിന്നും. വേട്ടക്കാർക്ക് കിട്ടാനക്കൊണ്ട് നല്ല എളുപ്പോള്ള മൃഗമാണ് കാട്ടി. ഓടൂല്ല. നാങ്ങ നായാ ട്ടിന് പോകുമ്പോഴ് കൂട്ടങ്ങള് കാണാം. കണ്ടാല് തട്ടിവിടും. നാങ്ങ അതിനെ കൊല്ലുകേം തിന്നുകേംചെയ്യൂല്ല. മൂന്നൂറും നാനൂറും കിലോ ഒക്കെകാണും ഒന്നിന്. വർഷം തോറും പ്രസവിക്കുന്ന ഇനായതോണ്ട് ഇപ്പോ കാട്ടിലൊക്കെ പെരുകീട്ടുണ്ട്. പണ്ട് കാട്ടീടെ ചാണകമുണക്കി പൊടിച്ച് എണ്ണേല് ചാലിച്ച് തലേല് തേക്കുന്നോരൊക്കെയുണ്ടായിരുന്നു.

പെരുംമ്പാമ്പ്

നായാട്ടിന് പോകുമ്പോഴാണ് പെരുമ്പാമ്പിനെ കാണുക. ഒരിക്കല് തോട്ടത്തിലും കണ്ടിട്ടുണ്ട്. വലിയ കോളിമരത്തിന്റെ ചോട്ടിലെ വേരു പോലാവും പാമ്പു കിടക്കുക. ചിലപ്പോഴ് തട്ടിവീഴും. ഒരിക്കല് നായാട്ടു കഴിഞ്ഞ് കാട്ടീന്നിറങ്ങാൻ നേരത്ത് ഒരു പട്ടിയെ കാണാനില്ല. നല്ല പട്ടി യായിരുന്നതു കൊണ്ട് നാങ്ങ തിരഞ്ഞുപോയി. കുറച്ചപ്പുറെ പട്ടികര യുന്ന ഒച്ച ചെറുതായി കേട്ടു. ഞരക്കം കേട്ട ഭാഗത്ത് എത്തിനോക്കിയ പ്പോഴാണ് പെരുമ്പാമ്പ് പട്ടിയെ ചുറ്റിപ്പിടിച്ച് വിഴുങ്ങാൻ തുടങ്ങുന്നത് കണ്ടത്. നായയുടെ ഊരക്കാണ് പാമ്പ് പിടുത്തമിട്ടിരിക്കുന്നത്. പട്ടിയുടെ ചെവിട്ടത്ത് അപ്പോൾത്തന്നെ പാമ്പ് വാലിന് കുത്തി അവശനാക്കിയിട്ടു മുണ്ട്. എല്ലാവരും ചുറ്റുംകൂടി പട്ടിയെ രക്ഷിക്കാനുള്ള മാർഗ്ഗംനോക്കി. കൊനുവൻ മൂപ്പൻ പറഞ്ഞതനുസരിച്ച് ആളുകൾ കവട്ടക്കോല്വെട്ടി പാമ്പിന്റെ നടുവിനും തലക്കും അമർത്തിപ്പിടിച്ചു. അപ്പോള് മൂപ്പൻ കത്തി യമ്പിന്റെ മൂർച്ചകൊണ്ട് പാമ്പിന്റെ കടവായകീറി പട്ടിയെ പുറത്തെടു ത്തു. പട്ടി ചാകാറായിരുന്നു. എന്നിട്ട് ഇല്ലിത്തോലു ചീന്തികീറി നൂലുണ്ടാക്കി പാമ്പിന്റെ കടവായ ഇരുവശത്തും തുന്നിക്കൊടുത്തു. പി ന്നീട് ആ പട്ടി ചത്തുപോയി. ഇതുപോലെ പെരുംമ്പാമ്പ് ആളുകളെയും പിടിച്ചിട്ടുണ്ട്.

പെരുമ്പാമ്പ് കൊടകുത്തിയാണ് ഇര പിടിക്കുക. എന്നു പറഞ്ഞാല് തലഉയർത്തി നിന്ന് ഊരക്ക് അമർത്തി കടിക്കും. കൊടകുത്തുമ്പോള് പാമ്പിന്റെ വായ വികസിക്കും. ഇരുവശത്തെയും പല്ലുകള് അമർത്തി യാണ് പാമ്പ് ഇരയെ പിടിക്കുക. വേരുകൾക്കിടേല് പാമ്പ് കിടക്കുന്നതു കണ്ടാലും മനസ്സിലാവൂല്ല. ഇര തിന്നാൽപിന്നെ പാമ്പ് അനങ്ങാതെ കി ടക്കും. വായകീറി തുന്നിവിട്ടാല് പെട്ടന്ന് മുറികൂടും.

ഒരിക്കല് കണ്ടാമലേലെ ഒരു മൂപ്പനെ പാമ്പു കൊടകുത്തിപിടിച്ചു.

എന്നിട്ടുചുറ്റിക്കളഞ്ഞു. എളിയില് കത്തി ഉണ്ടായിരുന്നതു കൊണ്ട് അയാള് കത്തിയൂരി പാമ്പിന്റെ വായ ഇരുവശത്തും കീറിക്കൊടുത്തു. അങ്ങനാണ് രക്ഷപെട്ടത്. അതുകൊണ്ട് കാട്ടിക്കേറി മാറുമ്പോള് പര സ്പരം പറഞ്ഞിട്ടാണ് നാങ്ങ മാറുക. ഇല്ലേല് ആളുകുറഞ്ഞാലൊന്നും അറിയൂലാ. എങ്ങടെ ആടിനേം പട്ടിയേയുംമൊക്കെ പാമ്പ് പിടിച്ചിട്ടുണ്ട്. പാമ്പിനെ തല്ലിയാലൊന്നും ചാകൂല്ല. തലക്കിട്ട് കൊടുക്കണം എന്നാലെ ചാകൂള്ളൂ. ഒരുപ്രവാശ്യം നാങ്ങ അതിനെ കൊല്ലാതെ നെയ്യെടുത്തി ട്ടുണ്ട്. അന്ന് കവരക്കോലിന് തലയും നടുവും അമർത്തിപിടിച്ചാണ് നെയ്യെടുത്തത്. എന്നിട്ട് തുന്നിവിട്ടു. ഒരു പ്രാവശ്യം നെയ്യെടുത്ത് വിട്ടാല്

പെരുംമ്പാമ്പ്

പിറ്റെ വർഷവും പാമ്പ് അവിടെ വന്ന് കിടക്കും നെയ്യെടുക്കാന്. നെയ്യ് വാതം, ചിരങ്ങ്, പൊള്ളലിനൊക്കെ നല്ലതാണ്. പെരുമ്പാമ്പ് കുറുവ ദ്വീപിലെ വെള്ളത്തിലൂടെ നീന്തിപ്പോകുന്നതൊക്കെ കണ്ടിട്ടുണ്ട്.

ഒരിക്കല് ആടുകരയുന്നത് നോക്കി ചെല്ലുമ്പോഴുണ്ട് ആട് പാമ്പിന്റെ വായില് കിടന്ന് കരയണൂ. ആടിനെ രക്ഷപെടുത്തിയിട്ടും ആട് ചത്തു പോയി. പാമ്പിനെ കൊല്ലാനൊന്നും ആരും നിക്കൂല്ല. ഫോറസ്റ്റുകാര് ചുറ്റുമുണ്ട്.ചിലപ്പോളതിനെ ചവിട്ടിയാലും അറിയില്ല. പെണ്ണുങ്ങള് പുല്ലു വെട്ടിയപ്പോ പാമ്പിന്റെ പുറത്തുകേറി നിന്ന് വെട്ടിയ കഥയൊക്കെ കേട്ടി ട്ടുണ്ട്. അനങ്ങിയപ്പോഴാണ് അറിഞ്ഞത്. പാമ്പ് ഒന്നുവിഴുങ്ങിയാല് ആഴ്ച്ച കളോളം അനങ്ങാതെ കിടക്കും. വിശന്നാലെ പിന്നെ വിഴുങ്ങാൻ പോകൂ. കറുപ്പും, കെട്ടുപുള്ളി വരകളുമാണ് പെരുംമ്പാമ്പിന്. പെരുംമ്പാമ്പ് മുട്ട യിട്ടാണ് കുഞ്ഞുങ്ങളെ വിരിയിക്കുന്നത്. കോഴിമുട്ടയേക്കാളുംവലിയ മൂട്ടകളാണവ. മരച്ചോട്ടിലെ പൊത്തുകളിലാണ് മുട്ടയിട്ട് അടയിരിക്കു ക. അടയിരിക്കുമ്പോള് നമ്മളെ പാമ്പുകണ്ടാലും അനങ്ങൂല്ല. പിന്നെ, പെരുമ്പാമ്പ് ചത്തുകിടക്കുന്നതൊന്നും നങ്ങ കണ്ടിട്ടില്ല. ചത്താലും കാട്ടു പന്നിമാത്രമേ അയിനെ തിന്നൂ.

മുത്തിപ്പേക്ക് (തവളപിടുത്തം)

മുത്തിപ്പേക്കിന് ചെറുപ്പത്തിലാണ് മുതിർന്നവർക്കൊപ്പം പാക്കംതോട്ടിലൂടെ പോയിട്ടുള്ളത്. കർക്കിടമാസായാല് വലിയ രസായിരുന്നു നാങ്ങക്ക്. തോരാത്ത മഴയത്തായിരിക്കും മുത്തിപ്പേക്ക് പിടിക്കാനിറങ്ങുക. നാങ്ങ അത് തിന്നൂലാ. പുറത്തുള്ളവര് കാശൊക്കെ തന്ന് ഏർപ്പാട് ചെയ്താല് അവിച്ചക്കുവേണ്ടിയാണത് പിടിക്കുക. പകലോക്കെ കൂരേല് ഒതുങ്ങിക്കൂടും. രാത്രിയായാല് വട്ടിം,കൊട്ടേം പൊത്തയും, ചാക്കുമൊക്കെയായി കൂറച്ചാളുകൾ ഇറങ്ങും. കാർന്നോന്മാർക്ക് ഇതൊന്നും ഇഷ്ടമല്ലായിരുന്നു. കൂടൽക്കടവിലും ദാസനക്കരേലുമൊക്കെ കാട്ടിലൂടെ പൊത്തകത്തിച്ചാണ് അന്ന് പോയിട്ടുള്ളത്. റോട്ടുമ്മേ ചിലപ്പോ ആന നിന്ന് വിലങ്ങും. പിന്നെ പൊത്തവീശി കൂക്കിയിട്ടാണ് ആനയെ മാറ്റുക.അന്ന് ഇതുപോലെ കണ്ടമൊന്നും റോഡായിട്ടില്ല. വിശാലമായിക്കിടക്കുകയാണ് കാടും കാട്ടുവഴികളും.

പുല്ലനങ്ങിയാല് മതി മുത്തിപ്പേക്ക് ഒറ്റച്ചാട്ടമാണ് പത്തുംപതിനഞ്ചും കോല് ദൂരേക്ക്. കൊയ്ത പാടത്തെകച്ചിക്കുറ്റീലൂടെ മുത്തിപ്പേക്ക് ചാടിച്ചാടിപ്പോകുമ്പോഴ് വെട്ടംകണ്ടാല് മിഴിച്ചുനോക്കും. അപ്പോഴാണ് ചാക്കിട്ടു പിടിക്കുക. പുറംമ്പാർട്ടീന്ന് അമ്പതുപൈസയാണ് അന്ന് ഒന്നിനു വില കിട്ടുക. നല്ലവിലയാണത്. നൂറെണ്ണംകിട്ടിയാല് അമ്പതുരൂപയായി. ചിലപ്പോ കണ്ടത്തിലും ആനക്കൂട്ടം കാണും. കൂക്കി ഒച്ചയിട്ടാല് ആനകള് പോകും. പിന്നെ തപ്പിത്തപ്പിക്കേറും പുല്ലിലൂടെ. നല്ല തണുപ്പും മഞ്ഞുമൊക്കെയുള്ള കാലാണത്. ഊരാളികള് വരമ്പില് തീകൂട്ടി ചുട്ടുതിന്നാറുണ്ട്. തവളയെ കിട്ടിയാല് വെട്ടാനറിയുന്നോര് നടുവിന് വെട്ടി തീയ്യിലേക്കിട്ട് ചുടും. കപ്പയുണ്ടേല് പറിച്ച് അതും ചുടും. ഞരമ്പ് ഊരിപ്പറിച്ചാണ് തവളയെ ചുടുക. ഇല്ലേല് വെന്താലും ഞരമ്പു വിറച്ചു നിൽക്കും. എണ്ണേലിട്ടാലും ഞരമ്പു ചാകൂല്ല അത്രക്കും കട്ടിയാണതിന്റ ഞരമ്പിന്. ആസ്മരോഗത്തിനൊക്കെ തവളയിറച്ചി നല്ലതാണ്. മരുന്നായിട്ടാണ് ഇതുപയോഗിക്കുക. നാങ്ങയിത് വിക്കാനാണ് പിടിക്കുക. ഇപ്പോ വയലൊക്കെ പൊയി. ഒള്ളതെല്ലാം കീടനാശിനീം, രാസവളൊക്കെയിട്ട് മണ്ണിനെ കൊന്നു കളഞ്ഞില്ലേ. അന്നൊന്നും കൂടൽക്കടവ് പാലം വന്നിട്ടില്ല. കൊയിലേരിലൊക്കെ ബസ്സിറങ്ങി നടന്ന് കൂടൽക്കടവ് അക്കരെ വന്ന് ആളുകള് കൂക്കി തോണിക്കാരനെ ഉണർത്തുന്ന ഒച്ച കേൾക്കാമായിരുന്നു.

പുളിമാങ്ങാ പിഴിയൽ

കാർന്നോന്മാര് തൊറമാങ്ങാ, കാട്ടുമാങ്ങാ എന്നൊക്കെ പറയും പുളി മാങ്ങയെ. പാക്കം കാട്ടിലും പുഴയോരത്തുമൊക്കെ ധാരാളമുണ്ടായിരുന്നു പുളിമാങ്ങാ. എല്ലാ വർഷവും കിട്ടൂലാ. രണ്ടു വർഷം കൂടുമ്പോഴേ കായ്ക്കൂ. കായ്ച്ചാല് കൊമ്പു തൂങ്ങും. തണുപ്പു കൂടുന്നകാലത്താണ് കായ നല്ലോണം തൂങ്ങുക. പിടിച്ചാൽ വട്ടമെത്താത്ത മാവുമരങ്ങളാണ് പാക്കം കാട്ടിലുള്ളത്. കാട്ടില് മാങ്ങാ വീഴുന്ന സമയത്ത് നാങ്ങ കുട്ടയും, ചാക്കുമായി ഉൾകാട്ടിലേക്ക് പോകും. കൂട്ടക്കാരൊക്കെയുണ്ടാവും കൂട്ടിന്. കൊല്ലികളിലെ മാവിലാണ് കായകൂടുതലും കാണുക. പഴം നാവിലു വച്ചാൽ പുളി നിറുകവരെക്കേറും. തിന്നാനൊന്നും കൊള്ളൂ ലാ. അതോണ്ട് പെറുക്കി വീട്ടികൊണ്ടുവന്ന് ചാറ് പിഴിയും. ആവശ്യ ത്തിന് കിട്ടില്ലേല് ചിലപ്പോ മാങ്ങാ വീഴാന് കാത്ത് നിൽക്കും. അത്ര വ ലിയമാവേലൊന്നും കേറാനാവൂലാ. എറിഞ്ഞാലും കിട്ടൂലാ. അത്രക്കും പൊക്കമാണ്. രാവിലെ പോയാല് വൈകുന്നേരമാണ് കാട്ടീന്ന് വരിക. എത്തിയാല് കുടുംബക്കാരെല്ലാം കൂടി ഇരുന്ന് വലിയ കലത്തിലേക്ക് ചാറ് പിഴിയും. എന്നിട്ട് ചൂടാക്കി തുണിവച്ച് അരിച്ച് തെളിനീരാക്കും, എന്നിട്ട് മറ്റൊരുകലത്തിലാക്കി പിന്നേം തിളപ്പിക്കും. കുറുകിവരു മ്പോളറിയാം ഗുണം.

ഒരുദിവസംകൊണ്ടൊന്നും കുറുകിത്തീരൂല്ല. രണ്ടും മൂന്നും ദിവ സൊക്കെ വേണം പത്തുമുപ്പത് ലിറ്റർ ചാറ് തിളപ്പിച്ച് കുറുക്കിയെടു ക്കാന്. അത്രേം തിളപ്പിച്ചാലേ പത്തുലിറ്ററൊക്കെ കുറികി കിട്ടൂ. കുറു ക്കിന് നല്ല കറുത്ത നിറമായിരിക്കും നല്ല അലുവപോലെ. ഇതിനൊത്തിരി വിറകൊക്കെ വേണം. മുളങ്കുറ്റിയില് സൂക്ഷിക്കുന്ന പുളി അടുത്ത മാങ്ങാ വിഴ്ച്ചവരെയുണ്ടാകും. ഒരു കഴഞ്ചോളം മതി മീനിന് പുളികൂടാൻ. അതിന്റെ രുചി ഒരിക്കലും നാവീന്ന് പോകൂലാ. വാളമ്പുളിയും കൊടമ്പുളിയുമൊന്നു മിട്ടാൽ തൊറമാങ്ങാപ്പുളിടെ രുചി കിട്ടൂലാ. എല്ലാവീടുകളിലും ഇതുണ്ടാകും,എത്രകാലം വേണമെങ്കിലും പുളി മുളങ്കുറ്റീലിരിക്കും. കുംഭം കഴിഞ്ഞാല് വയനാട്ടിലെ ബന്ധുക്ക ളെല്ലാംവരും തൊറമാങ്ങാപുളി കുറുക്കികൊണ്ടുപോകാനായിവരാ റുണ്ട്. എങ്ങടി കണ്ടിട്ട് മറ്റുസമുദായക്കാരും പുളികുറുക്കി ഉപയോഗി ക്കുന്നുണ്ട്. പുളി ഉണ്ടാക്കിവിറ്റാല് നല്ല കാശ് കിട്ടും. കറുകറാന്ന് ഉണ്ടാകും കടിച്ചുനോക്കിയാല്. പെണ്ണുങ്ങളൊക്കെ കൈകഴുകി തുടച്ച ശേഷമേ പുളികുറുക്കിയതില് തൊടൂ. ഉറച്ച പുളി മുളക്കുറ്റിലാക്കി ചേരി

ലാണ് തൂക്കിയിടുക. തൊറമാങ്ങേടെ തോലൊക്കെ ചെത്തി ഉണക്കി സൂക്ഷിച്ചുവെക്കുന്നവരുമുണ്ട്. മാപ്പിളമാരൊക്കെ മാങ്ങാപ്പുളി അന്വേഷിച്ച് കുടീലോട്ട് വരുന്ന കാലമുണ്ടായിരുന്നു. ഇപ്പോ അങ്ങനത്തെ ഒന്നുമില്ല;കാട്ടിപ്പോകാറുമില്ല.

അന്യം വന്ന ഈ ഓർമ്മകൾ കാപ്പിമൂപ്പനെ ദുഃഖിപ്പിച്ചിരിക്കണം. വടി കുത്തി മുറ്റത്തേക്ക് സാവധാനം ഇറങ്ങി ദൈവപുരേടെ സമീപത്തെ പേരാല് ചൂണ്ടിപറഞ്ഞു. അതാ അവിടെ വലിയ ഒരു മാവുണ്ടായിരുന്നു ഞാന് കുട്ടിയായിരുന്നപ്പോഴെ അതുണങ്ങി നശിച്ചുപോയി. അതിന്റെ ചോട്ടിലന്ന് മുളയരിപോലാണ് മാമ്പഴം വീണു കിടന്നത്. പക്ഷികളൊന്നും മാറൂല്ലാ. കാറ്റത്ത് പടപടാന്ന് വീഴും. കാറ്റൊതുങ്ങിയാല് നാങ്ങ ഓടിപ്പോയി മാങ്ങാപെറുക്കി കൂടേലാക്കികൊണ്ടുവന്ന് ചാറുപിഴിയുമായിരുന്നു. ഇറയത്ത്ചാരിയ അമ്പും വില്ലുംനോക്കി മൂപ്പൻ നിന്നു. മൂന്ന് കത്തിയമ്പുകളുണ്ട്. അതിന് തുരുമ്പ് പൊതിഞ്ഞിട്ടുണ്ട്. വില്ലിന്റെ കരിപിടിച്ച നിറം മൂപ്പനിൽ വർഷങ്ങളുടെ പിന്നാമ്പുറം തെളിയിച്ചു.

തോട്ടുമീൻ കോരൽ

തോട്ടുമീൻ കോരൽ നാങ്ങക്ക് പണ്ടേയുണ്ട്. അതൊരാചാരമാണ്. ആണുങ്ങക്ക് നായാട്ടും,പെണ്ണുങ്ങക്ക് തോട്ടുമീൻ കോരലുമാണ് പ്രധാനമായും കുടീല്. നായാട്ടിന് ആണുങ്ങള് കാട്ടിപ്പോകുംപോലെയാണ് നായാട്ടില്ലാത്തപ്പോ പെണ്ണുങ്ങള് മീങ്കോരാൻ പോകുക. കോർത്തയും തോർത്തും, കുട്ടയുമൊക്കെയെടുത്ത് കൂട്ടമായാണ് പോക്ക്. മുണ്ടൻ തോടും,നരസിപ്പുഴയും, കടമാൻതോടുംമൊക്കെ പെണ്ണുങ്ങള് നിരങ്ങും പരലിനായി. അഞ്ചും പത്തും പേരാണ് ഒരുകൂട്ടത്തിലുണ്ടാവുക. ദൂരമുണ്ടങ്കില് തലേന്നേ തീരുമാനിച്ചുറപ്പിക്കും കാര്യങ്ങള്. എന്നിട്ട്, രാവിലെ ഇറങ്ങും. കുട്ട്യോളും കൂടെപ്പോകും. ഭക്ഷണമൊക്കെ മുണ്ടിലുകെട്ടി ഞാത്തിത്തോളത്തിടും,പിന്നെ വൈകിയാലെ കുടീക്കേറൂ. പരല് മീനുകളെയാണ് കിട്ടുക. അതിനാണ് പോകുന്നതും. പരലിന്റെ രുചി അത്രക്കും വലുതാണ്. ചിലപ്പോ ആമക്കുഞ്ഞും, വരാലും, മുഷിയുമൊക്കെ കൊണ്ടുവരും. ചില മീനൊക്കെ നല്ലമരുന്നാണ്. കോർത്ത പുല്ലില്വച്ച് പരലിനെ ചവിട്ടിക്കോരുകയാണ് ചെയ്യുന്നത്. വലിയ മീനിനെയൊക്കെ വെട്ടിപ്പിടിക്കും. ഒരു വഴുക്കലില് കോർത്തവച്ചാല് കുറച്ചാളുകള് പിന്നെമുമ്പോട്ട് കേറി കോർത്തവയ്ക്കും. അങ്ങനെ പുല്ലും,പള്ളയും ഒഴുക്കുകല്ലുകളും ചവിട്ടി കാട്ടൊഴുക്കിലൂടെയും, മേട്ടൊഴുക്കിലൂടെയും മൈലുകള് താണ്ടും. മത്സരം പോലാവും മീൻകോരല്.

മുഷിയും, ആരലും ചിലപ്പോ പാമ്പുമൊക്കെ തടഞ്ഞുകേറും കോർത്തേല്. തറമ്മക്കണ്ണൻ, മത്തിപ്പരല്, കുമ്പളംപൊങ്ങി, കണ്ണപ്പി, കൊയ്മാള്. നെറ്റിയോപ്പൊന്നൻ, കാക്കകൊഞ്ചൻ, ചോന്നകൊഞ്ചൻ, കാവേരിപ്പരല്, വട്ടപ്പരല്, കൊരലിക്കുഞ്ഞ്. തോട്ടാരൽ, പൊട്ടുവാള, ചൊണയൻ.,ചക്കമുള്ളൻ, കെല്ലുപോത്തൻ, വണ്ടുകണ്ണൻ, ചേറുമീൻകഞ്ഞ്, ചെത്തല് കുഞ്ഞ്.... അങ്ങനെപോകും പേരുകള്. ചിലോർക്ക് ഒന്നും കിട്ടൂല. കിട്ടിയോർ കിട്ടാത്തോർക്ക് പകുത്ത് കൊടുത്ത് സങ്കടം തീർക്കും. എന്നിട്ട് വെട്ടിത്തേച്ചാണ് കുടീലേക്ക് മടങ്ങുക. ചാടയിലിട്ട് തിരുട്ടികൂട്ടിയാല് ചെതുമ്പലൊക്കെ അപ്പാടെ പൊഴിഞ്ഞു വൃത്തിയാകും. ആഴ്ച്ചയിലൊരിക്കലാണ് നാങ്ങ പോകുക മാറിമാറിത്തോടുകേറാൻ. പിറ്റേന്ന് പുളിമാങ്ങാ ഇട്ടുവച്ച പരലുമീങ്കറിന്റെ മണം കുടിമുഴോനും ഉണ്ടാകും. എല്ലാങ്കൂടി അവിയലുപരുവമാണ് വെക്കുക. ചെറിയ മീനാണേലും അത്രക്കും വൃത്തിയായേ പെണ്ണുങ്ങള് ഒരുക്കൂ. കുടീലുള്ളോർക്കത് നിർബന്ധമാണ്. പിന്നെ ചൂടുവെള്ളത്തില് കഴുകി പച്ചതേങ്ങഅരച്ച് ചാറാക്കും. കുറുക്കുംമ്പുളിയുണ്ടാക്കുന്നതുതന്നെ തോട്ടുമീൻകറിവെക്കാനാണ്.

വെള്ളം കേറിയിറങ്ങുന്നതു നോക്കിയാവും ഓരോ തോടും പുഴയും പെണ്ണുങ്ങള് തിരഞ്ഞെടുക്കുക. അന്നൊക്കെ തോട്ടില് മണല് ആഴത്തിലാവും പരന്ന് കിടക്കുക. ആർക്കും വേണ്ട. എങ്ങടി വീടുകളൊക്കെ ചെളികുഴച്ചാണ് കെട്ടുക. ഇന്നതൊക്കെ കുത്തിക്കോരി തോടും പുഴയും വൃത്തികേടാകുന്നത് കാണുമ്പോഴ് നാങ്ങക്ക് സങ്കടമുണ്ട്. വലിയ വീടുകളൊക്കെ ഇന്നാണ് ഉണ്ടായത്.

കമ്പളനാട്ടി

ആദിവാസികൾക്കിടയിൽ പണ്ടേയുള്ള ഒരാഘോഷമാണ് കമ്പളനാട്ടി. കൊമ്പും,തുടിയും,കുഴലുമായി നാട്ടിപ്പണിക്ക് കോളനിക്കാര് മൊത്തം ഇറങ്ങുന്ന ഉത്സവമാണ് കമ്പളനാട്ടി. പണിയരാണ് മുഖ്യമായും പാട്ടുകാർ. സൗഹാർദ്ദത്തിന്റെയും,സ്നേഹത്തിന്റെയും, പ്രതീകമാണിത്. പക്ഷെ, ഇന്നത് സ്വാർത്ഥതയുടേയും, സ്പർദ്ധയുടേയും മുന്നിൽ നശിച്ചുപോയെന്ന് മൂപ്പൻ ആവലാതിപ്പെടുന്നുണ്ട്. മഹത്വത്തിന്റെ ഒത്തുചേരൽ എന്നാണിതിനെ വിശേഷിപ്പിക്കുന്നത്.

മൂപ്പൻ പറയുന്നു. കമ്പളനാട്ടിക്ക് സമുദായ വേർതിരിവില്ല. കരേലുള്ളോര് മുഴുവനും കൂടണം. ഏതെങ്കിലും കുടുംബത്തിലുള്ളോർ ചത്തു പോകുകയോ, അസുഖം വന്ന് കിടപ്പിലാകുകയോ ചെയ്ത് കൃഷിപ്പ

ണിക്ക് മുടക്കം വന്നാലാണ് ആ കുടുംബത്തിനുവേണ്ടി കമ്പളനാട്ടി നടത്തുക.

കോളനിക്കാരടക്കമുള്ളോര് മൊത്തം ചേർന്ന് ഞാറുനടീല് മുതല് കൊയ്ത്തുവരെയുള്ള ജോലികള് തീർത്തു കൊടുക്കുന്ന ഏർപ്പാടാണിത്. നാട്ടിക്കാലം കഴിഞ്ഞാലും ഒഴിഞ്ഞുകിടക്കുന്ന പാടം കാണുമ്പം മൂപ്പന്മാര് വിവരം തിരക്കിപ്പോകും. വയല് കാലിയായികിടക്കല് പാക്കത്തെയ്യത്തിന് നീരസം വരുത്തും. വിവരമറിഞ്ഞാല് മണ്ണൊഴിയാതെ മാലോകരെയെല്ലാംകൂട്ടി വയൽപ്പണി നടത്തിക്കൊടുക്കണമെന്നാണ് നിയമം. കാര്യം മനസ്സിലായിക്കഴിഞ്ഞാല് നാട്ടുകൂട്ടം എന്തുചെയ്യണമെന്ന് തീരുമാനിക്കും. അങ്ങനെയാണ് കമ്പളനാട്ടി തീരുമാനിക്കുക. കൂടുതല് ഭൂമി ഒഴിഞ്ഞുകിടപ്പുണ്ടങ്കി അതിനനുസരിച്ച് ദിവസങ്ങള് നീളും. പണ്ട് കൂടൽക്കടവില് തോണിമറിഞ്ഞ് മരിച്ചു പോയ കാളപ്പൻചെട്ടിടെ കുടുംബത്തിനു വേണ്ടി നങ്ങ കമ്പളനാട്ടി നടത്തീത് ഓർക്കുന്നു. ഏരുള്ളോര് ഏർകൊണ്ടു വന്നു. മൂരിയുള്ളോര് അതും. ഭക്ഷണത്തിന് വീട്ടീന്ന് പോരുമ്പോള് കുറച്ചരിയോ, കറിക്കുള്ളതോ മുണ്ടില്കെട്ടി ഞാത്തിയിടും. പെണ്ണുങ്ങൾക്ക് കൊരമ്പക്കുടയും ആണുങ്ങൾക്ക് തൊപ്പിക്കുടയുമാണ് മഴയത്ത്. ഭക്ഷണം രാവിലെ കപ്പയും, മുളക് ചമ്മന്തിയും. ഉച്ചക്ക് ചോറും ഒരു സാമ്പാറുമാണ്. അന്ന് മുക്കില് പീടികയൊന്നുമില്ല. വീട്ടിലുള്ളതൊക്കെയാണ് കൊണ്ടു വരിക. കപ്പളങ്ങയും, മത്തനും, കുമ്പളവുമൊക്കെ കൊണ്ടുവരും. പണിയരും നായ്ക്കരും ചെട്ടികളുമെല്ലാംമുണ്ടാകും കമ്പളനാട്ടിക്ക്. അതിന് സമുദായ വേർതിരിവില്ല. കമ്പളനാട്ടിക്ക് പണിയര് അവരുടെ ചെണ്ടയും തുടിയുമായി വരും. അല്ലാത്തോര് ഉപ്പും മുളകും അരിയും വാഗ്ദാനം ചെയ്യും. അന്ന് പാടം മുഴുവൻ കമ്പളപ്പാട്ടുകൊണ്ട് നിറയുമായിരുന്നു. വട്ടക്കളിക്ക് കുറേപ്പേര് കരയിലുണ്ടാവും. പണിയെടുക്കുന്നോർക്ക് കരേലുള്ളവർ ഓരിയിട്ട് വേഗതകൊടുക്കും. മടുക്കുമ്പോള് അടുത്ത കൂട്ടം ഇറങ്ങും. ഇടയിളക്കാനും ആനകളെ ഓടിക്കാനുംവരെ ഈ സേവനം ഉപയോഗിക്കും. കൊയ്ത്തും, ഒക്കലും, പാറ്റിക്കൊഴിക്കലുമെല്ലാം തീർത്ത് നെല്ല് അവിച്ചകളുടെ കുടീക്കേറ്റിക്കൊടുത്താലെ ആഘോഷം തീരൂ. പണ്ട് ഒരു വർഷം ഒന്നെങ്കിലും ഉണ്ടാകുമായിരുന്നു കമ്പളനാട്ടി. ഇന്നതൊക്കെ പോയി. അന്നം തരുന്നപാടത്ത് വീടും, കവുങ്ങും, വാഴയുമാണ് ഇന്ന് കേറിനിൽക്കുന്നത്.

നാങ്ങ തെയ്യം പറേണത് സൂക്ഷിച്ചോളീബൂമീല് മാനം കെട്ടുപോകും. വിഷം തീണ്ടി മനുഷ്യര് ചാകും... എന്നൊക്കെയാണ്. പണ്ട് കുറുമർക്കും ചെട്ടിമാർക്കുമാണ് ബൂമിയുണ്ടായിരുന്നത്. തിനയും മുത്താറി

പണിയരുടെ കമ്പളനാട്ടി

യുമൊക്കെ കൃഷിചെയ്തിരുന്നു. അന്ന് നാങ്ങ ചെട്ടിമാർക്ക് പണിക്കു പോകുമായിരുന്നു.എങ്കിലുംസ്വന്തം പണികഴിഞ്ഞേ കുറുമര് മറ്റുള്ളോർക്ക് പണിക്ക് പോകൂ. സ്വന്തം പണിയിട്ട് അന്നും ഇന്നും കുറുമര് പണിക്ക് പോകൂല്ല. പക്ഷെ ഇന്ന് കുടീം വെപ്പുംമായി കുടുംബക്കാരെല്ലാം വെവ്വേറെ പിരിഞ്ഞു. രണ്ടു കണ്ടോം, മൂന്ന് കണ്ടോമായി ബൂമി തുണ്ടം തുണ്ടമായി. കയ്യൂക്കൂള്ളോരുടെ കയ്യില് വനഭൂമിപോലും കൃഷിബൂമിയായി.

വയനാട് കേറിവന്നോര് പണ്ട് വീട് വെക്കാൻ ഒരു സെന്റ് സ്ഥലം ചോദിച്ചായിരുന്നു ആദ്യംവന്നത്. കൊടുത്താല് ഒന്നിന് ഒമ്പത് അവറ്റാള് കൊണ്ടുപോകും. പിന്നെ ചാരായോ, പണമോ, ഒക്കെകൊടുത്താണ് കൂട്ടക്കാരെ പാട്ടിലാക്കി കൂടുതൽ ഭൂമി തട്ടിയെടുക്കുക. നാങ്ങക്കതിന് എതിരും ഇല്ലായിരുന്നു. കാരണം നാങ്ങക്കന്ന് ഭൂമി ആവശ്യത്തിലധികമുണ്ട്. പണിയരുടെ ബൂമിയാണ് മുഴോനും പോയത്. നാങ്ങക്കത്രയില്ല. ആദിവാസീടെ ഭൂമിപോയത് അങ്ങനെയാണ് അല്ലാതെ ബൂമിയില്ലാഞ്ഞിട്ടല്ല.

ഒരുകമ്പളപ്പാട്ട്.

കുത്തലുകഞ്ഞി സാമ്പാറു കൂട്ടകൂ
മുത്തനും ചാത്തനും ബന്നീക്കീ
നാനും മൊട്ടനും ബയലിപ്പണിക്കു ബന്നീകി
മൊട്ടനും മൊട്ടത്തീം ചുരക്കാകൊടുത്തു
മാലയു ബളയു ഒന്നുമേ കാണീ
പാക്കംമലേലേ രാജവ് ബന്നു

മൊട്ടത്തി ഉടുത്തചേല ബെള്ളച്ചേല
കരിമ്പനും ബെള്ളനും കലമെടുത്തു
കഞ്ഞിക്കു ബെള്ളം മുക്കിയെടുത്തു
തോട്ടിലെ മീനിനെ കലക്കിപ്പിച്ചു
നാനു പട്ടിണി നീയു പട്ടിണി.

ഞണ്ടുപിടുത്തം

ഞണ്ടുകറി കൂട്ടക്കാർക്ക് പ്രധാനമാണ്. കർക്കിടകം പതിനാലിന് കുടീല് ഞണ്ടുകറി വെക്കണമെന്നാണ് കാർന്നോന്മാരുടെ നിശ്ചയം. ഞണ്ടു പിടിക്കാനായി അന്ന് ഉച്ചവരെ കുടിലുള്ളോർ തോട്ടിറമ്പിലും വയലിലുമായിരിക്കും. വയലുപണിക്കു പോകുമ്പോഴെല്ലാം ഞണ്ടിനെ കിട്ടാറുണ്ട്. അതുകൊണ്ട് മിക്കപ്പോഴും ചോറിന് ഞണ്ടുകറിയുണ്ടാവും. പാക്കം കരേല് നാല്തരം ഞണ്ടുകളാണുള്ളത്. കൊറ്റി ഞണ്ട്, പാൽഞണ്ട്,കരിഞണ്ട്, ഉപ്പുഞണ്ട്.വർഷകാലത്താണ് ഞണ്ടുപിടിക്കാനായി കുടീലുള്ളോർ ഇറങ്ങുന്നത്. കൂടുതലും കൊറ്റിഞണ്ടാണ് പിടുത്തം. അതിന് സാമാന്യം വലുപ്പമുണ്ട്.അതീന്ന് ഇറച്ചികിട്ടും. പാടവരമ്പിലും തോട്ടിറമ്പിലും അത് ധാരാളമുണ്ട്. കൊക്കുകള് അതിനെപിടിക്കുന്നേകൊണ്ടാണ് കൊറ്റുഞണ്ടെന്ന് വിളിക്കുക. കരിഞണ്ട് വലുതാണ്. അതിനെയാണ് ഭയക്കേണ്ടത്. ചിലത് അരക്കിലോയൊക്കെകാണും. ഇറുക്ക് കിട്ടിയാല് വിരലൊന്നും കാണൂല്ല. അപൂർവ്വമായെ നാങ്ങക്കതിനെ കിട്ടാറുള്ളൂ.

പാൽ ഞണ്ടും ഉപ്പു ഞണ്ടും കൊല്ലികളിലെ കുഴമണ്ണിലാണുണ്ടാവുക. തവിട്ടുനിറമാണതിന്. കരിഞണ്ടിന് കറുപ്പ് കൂടുതലാണ് അത് ചെറിയമീനുകളെയാണ് പിടിക്കുക. വലിയ മാളം കണ്ടാലറിയാം. മാനിപ്പുല്ലില് തവളക്കുട്ടികളെ കെട്ടി മാളത്തിലേക്കിട്ടാണ് കരിഞണ്ടിനെ പിടിക്കുക. ഞണ്ട് തവളക്കുട്ടിയെ തൊട്ടാല് നാങ്ങക്കറിയാം. അപ്പോ മാനിപ്പുല്ല് സാവധാനം പുറത്തേക്ക് വലിക്കും, അപ്പോ കരിഞണ്ട് തവളക്കുട്ടീടെ പുറകെ വരും. അന്നേരം കൊക്കുകൂട്ടി ഒറ്റപ്പിടുത്തം പിടിക്കും. വെട്ടിയാല് തോട്പൊട്ടി വൃത്തികേടാകും. അതുകൊണ്ട് കൊക്കിന് തട്ടി വാളുകാല് ഒടിച്ചു പിടിക്കും. അതിന്റെ പിൻകാലിന് ആഞ്ചിറകോലന്നാണ് നാങ്ങ പറയുക. കൊക്ക് ചുട്ട് തല്ലിപൊട്ടിച്ചാലേ ഇറച്ചി കിട്ടൂ. ഒരു തരം നാരിറച്ചി ഇത്തിരിയെ ഉണ്ടാകൂ. പൊത്തിക്കയിട്ടും പിടിക്കാം കരിഞണ്ടിനെ. വശമറിയുന്നോരാണ് അത് ചെയ്യുക. ഞണ്ടിന്റെ ഇറുക്കുകാല് കീഴോട്ടാണ്. മുകളിലേക്ക് വളച്ച് ഇറുക്കാന് ഞണ്ടിന് കഴിയൂലാ. അത് മനസ്സിലാക്കി കൈപൊത്തിന് മുകളിലൂടാവും പോകുക.

കടിച്ചാപ്പിന്നെ വിരല് പൊത്തിക്കിടക്കും. വിരല് പൊത്തിക്കിടന്ന ചരിത്രമൊക്കെയുണ്ട്.

വർഷക്കാലത്ത് പെൺഞണ്ടുകൾക്ക് മറികേടാണ്. കുട്ടികളുമായി ഓടുന്ന സമയം. മക്കള് അയിന്റെ അടിലാവും ഉണ്ടാവുക. അന്നേരം അയിനെ നാങ്ങ പിടിക്കൂലാ. ആൺ ഞണ്ടിനെ മാത്രമേ പിടിക്കൂ. ആ സമയത്ത് പെൺഞണ്ടിന് രുചി കിട്ടൂലാ. ഞണ്ടിനെ മലത്തിയിട്ട് നോക്കിയാല് ആണും പെണ്ണും തിരിച്ചറിയാം. വീതിയുള്ളകോണാപാളയാണ് പെണ്ണിന്. ആണിന് വീതി കുറവും അതിങ്ങനെ വികസിച്ച് തുറന്നടഞ്ഞു കൊണ്ടിരിക്കും. അതിന്റെ കൂതിയാണ് അത്. കൊറ്റിഞണ്ടിന്റെ പൊത്ത് ചെറുതായിരിക്കും. എങ്ങടെ കാണുമ്പോഴെ അതോടി പൊത്തിക്കേറും. അന്നേരം കയ്യിട്ട്പിടിക്കും. എന്നിട്ട് കൊക്കും ആഞ്ചിറാകോലും പറിച്ചെടുത്ത് മടിക്കൂത്തിവെക്കും. കൊറ്റിഞണ്ട് വരട്ടി ചിക്കിയെടുത്താല് ചുമക്ക് നല്ലതാണ്. കരിഞണ്ട് ചെവി വേദനക്കും. കൊക്ക് പൊളിച്ച് ആ വെള്ളം ചെവിട്ടിലിറ്റിക്കണം. കൊല്ലിഞണ്ട് കുറെ വേണം കറിവെക്കാന്,.അതിനാണ് രുചി പക്ഷെ, കിട്ടല് അപൂർവ്വമാണ്.

ഉപ്പു ഞണ്ട് തീരെ ചെറുതാണ്. തിന്നാനൊന്നും കൊള്ളൂല്ലാ. ഞളുഞളുന്നാരിക്കും പാൽഞണ്ട് ചൂണ്ടേകോർത്ത് പുഴേലിട്ട് വാളമീൻപിടിക്കാറുണ്ട്. എവിടെപൊട്ടിച്ചാലും പാലാണ് അയിന്. ഉറപ്പില്ലാത്ത നേർത്ത തോട്.

കാട്ടുകൂൺ (കൂമൻ)

കാട്ടുകൂണുകള് വിഷമുള്ളതും ഇല്ലാത്തതുമുണ്ട്. നാങ്ങ അതിനെ കൂമൻ എന്നു വിളിക്കും. കൂമൻ പലതരമുണ്ട്. പെരുങ്കൂമൻ, അമ്പുംങ്കൂമൻ, കായക്കണ്ടം കൂമൻ,നെടുംതള്ളികൂമൻ, കാടുവെടിയൻ കൂമൻ,പിറ്റുകൂമൻ, കരടിക്കൂമൻ, ഞാക്കൂമൻ,.ഇതില് കരടികൂമൻ നാങ്ങ ഉപയോഗിക്കൂലാ. അത് വിഷാണ് പറിച്ചാല് പെട്ടന്ന് കറുത്ത് ചുളുങ്ങിപോകും. വിഷപ്പൊടിയൊക്കെ കയ്യേപ്പറ്റും. പണിയരൊക്കെയിത് മരുന്നിന് പറിച്ചോണ്ട് പോകുന്നത് കാണാം.

ചിങ്ങംകഴിഞ്ഞാല് അരിക്കൂമൻ തുരുതരാ പൊങ്ങും. കുരങ്ങുകളൊക്കെ പറിച്ച് തിന്നുന്നതു കാണാം. കോളനിക്കാർ പറിച്ച് വാരിയാണ് വമ്പയില് നിറക്കുക. മരക്കൂമൻ ചിലതേ ഉപയോഗിക്കൂ. നല്ല മരത്തിന്റെ ചീച്ചിലിലുള്ളത് തിന്നാന് കൊള്ളാം. വിഷമുള്ളത് പൊട്ടമരത്തിന്റെ ചീച്ചിലിലാണ് ഉണ്ടാവുക. പറിച്ചാലറിയാം. ഉണങ്ങിയ മുരിക്കുമ്മേലുള്ളത് നാങ്ങ തിന്നും. കറമരങ്ങളിലെ കൂമനാണ് വിഷം. കായക്കണ്ടം

കൂൺ

കൂമൻ വിഷമുള്ളതും ഇല്ലാത്തതുമുണ്ട്. മഞ്ഞളുവെള്ളത്തില് കഴുകിയാല് തിരിച്ചറിയാം വിഷത്തിന്റെ ഇളക്കം. പെരുങ്കൂമൻ പോലെ കൂട്ടമായിട്ടാണ് ഇതുണ്ടാവുക. ചിങ്ങമാസം ഇടിവെട്ടി മഴ പെയ്ത്ത്കഴിഞ്ഞാല് കൂമൻപൊട്ടും. അന്നേരമാണ് ആദിവാസികള് കാട്ടിക്കേറുക. വലിയകൂടയും തുണിച്ചാക്കുമൊക്കെ കൊണ്ടുപോകും പെരുംകൂമൻ പറിക്കാന്. ചിലപ്പോ മൈലുകളോളം പോകും കൂമൻ നോക്കി. ഒരിക്കല് കൂട്ടക്കാർപുലിയുടെ മുന്നില് പെട്ടുപോയിട്ടുണ്ട്. അന്ന് മൂന്നാളെയാണ് പുലി മാന്തിക്കീറിയത്. പിന്നെ ഒച്ചയിട്ടാണ് പുലീനെ ഓടിച്ചത്. കന്നിമാസമാണ് കാടുവെടിയനെ കിട്ടുക. കരിയില മൂടിയാണ് അവിച്ച നിക്കുക. നെടുംന്തള്ളി കൂമനും കിട്ടും. ഇത് ഒരുക്കാൻ പാടാണ്. അത്രക്കും ചെറുതാണ്. പുതുമഴക്കാലത്താണ് ഞാക്കൂമൺ കിട്ടുക. ഞാക്കൂമൺ ഒറ്റക്കും പെട്ടക്കുമേ കാണൂ. പിന്നെ കുറെ ദൂരം മാറി കുററിച്ചെടികൾക്കിടയിലേ അടുത്തത് കാണൂ. നല്ലോണം വിടർന്നു നിൽക്കും. പറിച്ചാല് രണ്ടും മൂന്നും ദിവസം കേടുകൂടാതെ ഇരിക്കും. അമ്പുംകൂമൻ കൂട്ടമായിട്ടാണ് കാണുക. അതിന്റെ പുറം അമ്പുപോലാണ് നിൽക്കുക. അത് നുള്ളി തോല് പൊളിച്ചാണ് അരിയുക. ഈ കൂട്ടത്തില് നെടുംതള്ളികൂമനാണ് രുചികൂടുതല്. എരുമക്കാലി പെരുക്കുന്നു എന്നാണ് നാങ്ങ അതിനെ പറയുക. പെരുംകൂമൻ ആണും പെണ്ണുമുണ്ട്. അമ്പുംകൂമൻ കാട്ടിലെ കരിയിലക്കിടയിലാണ് ഉണ്ടാവുക. ഇല്ലിച്ചപ്പിനിടയിലും കാണും. പെരുകൂമൻ എല്ലാ വർഷവും ഒരു സ്ഥലത്തുനിന്ന് കിട്ടാറുണ്ട്. നാങ്ങ അതിന് അടയാളം വെച്ചുപോകും അടുത്തവർഷം കിട്ടാന്. അരിക്കൂമൻ ഒരുക്കിയെടുക്കാന് നല്ല ക്ഷമവേണം ചോട് നുള്ളിയാണ് അത് ഒരുക്കുക. പെരുംകൂമന്റെ ചോട് ചെരച്ചുകളയുകയാണ് ചെയ്യുന്നത്. പെരുംകൂമൻ കൂടുതലും തേക്കുകൂപ്പിലാണ് കിട്ടുക. കാട് കത്തിയമർന്നാല് പിറ്റേ വർഷം നല്ലോണം കൂമൻ കിട്ടും. ഞാക്കൂമനും, അമ്പുംകൂമനും തിരഞ്ഞ് ഡിസമ്പറിലാണ് നാങ്ങ കാട്ടിക്കേറുക. നല്ല തണുപ്പിലാണ് ഇത് ഉണ്ടാ

വുക. ഇല്ലിപോയതോണ്ട് കാടുവെടിയനെ കിട്ടാറില്ല. അക്കരെ കാട്ടിലൊക്കെ ഇല്ലിയുള്ളതോണ്ട് ധാരാളം കൂമനുണ്ടന്ന് കോളനിക്കാര് പറഞ്ഞുകേൾക്കുന്നു. ജാതിക്കൂമൻ വിഷമുള്ളതാണ് പുഴയോരത്തെ ചതുപ്പിലാണ് ഇതുകാണുക.

തേൻ എടുക്കൽ

ഈച്ചത്തേനുകള് മൂന്നാലുതരോണ്ട്. പെരുന്തേനാണ് വലിയ മരങ്ങളിൽ തൂങ്ങിക്കിടക്കുക. രാത്രിയാണ് നാങ്ങ പെരുന്തേനെടുക്കാന് സാധാരണ കാട്ടിക്കേറുക. പത്തും മുപ്പതും ലിറ്ററൊക്കെ ചിലപ്പോള് കിട്ടും ഒരുകൂട്ടത്തീന്ന്. മുളങ്കുറ്റീം ബക്കറ്റുമൊക്കെയായി കുടീക്കാര് ഒരുപാടു പേരുണ്ടാവും. നെയ്യൂറ്റാൻ പോണൂ എന്നാണ് നാങ്ങ പറയുക. പണ്ട് അമ്പില് നൂലുകെട്ടി പെരുന്തേനിലേക്ക് എയ്താണ് തേനുറ്റിയിരുന്നത്. ചുവട്ടിൽ മുളങ്കുറ്റി വച്ചാല് മതി നൂലേക്കൂടി നെയ്യ് ഒഴുകിവന്ന് മുളങ്കുറ്റീല് വീഴും. പക്ഷെ കുറച്ചേ കിട്ടൂ. നേരോം കുറെയെടുക്കും. മാത്രമല്ല പകല് ഈച്ചകുത്തുകേം ചെയ്യും. ഒന്നു കുത്തിയാല് മതി പിന്നെ കൂട്ടത്തോടെ വന്ന് കുത്തിക്കൊല്ലും. രാത്രിയില് ഈച്ചക്ക് കണ്ണ്കാണില്ല. അതോണ്ട് പകല്മരത്തില് ഏണികെട്ടിവെക്കും. രാത്രീല് പൊത്തയുമായി കേറും. മേളിലെത്തിയാല് കവരേലിരുന്ന് പൊത്തകത്തിക്കും. പച്ചവട്ടയിലയിലാണ് പൊത്ത പൊതിയുക. പൊത്തവീശുമ്പോള് ചൂട് തട്ടി ഈച്ച മുഴോനും നിലത്തേക്ക് വീഴും പൊടുപൊടാന്ന്.പക്ഷെ ചാവൂലാ.... പറക്കേമില്ല. ഈച്ച തീർന്നാല് നിറയെ അടകള് കാണാം. അതടർത്തി കലത്തിലിട്ട് വേഗം ഇറങ്ങും. ചിലപ്പോ അടകള് മൂന്നും നാലും കലോണ്ടാകും. അത് വീട്ടിക്കൊണ്ടുവന്ന് പിഴിഞ്ഞ് അരിച്ചാണ് ശുദ്ധിയാക്കി വീണ്ടും മുളങ്കുറ്റീല് നിറക്കുക.

മുളത്തുമ്പിലും നീരളത്തിന്റെ കൊമ്പിലുമൊക്കെ വലിയ തേൻ കൂടുണ്ടാകും. കൂടുണ്ടങ്കില് വലിയശബ്ദമുണ്ടാകും സമീപത്ത്. ചിലപ്പോ കൂട്ടത്തോടെ മാനത്തൂടെ പോകുന്ന ഒച്ചകേൾക്കാം.ഒരിക്കല് ശ്മശാനത്തില് കാലിയെ കെട്ടാൻ പോയപ്പോഴ് താന്നി മരത്തില് പരുന്തടിച്ച് പെരുംന്തേനിളകി അവിച്ച എന്റെനേരെയാർത്തുവന്നു. പിന്നെ ഞാനോടി പുഴേലേക്ക് ചാടി മുങ്ങി, മുണ്ട് പറിച്ചൊഴുക്കി വിട്ടു. ഈച്ച മുണ്ടേകുത്തി കുത്തി താഴോട്ടുപോയപ്പോളാണ് ഞാനന്ന് പുഴേന്ന് കേറിരക്ഷപെട്ടത്. ഈച്ച വെറുത്തുപോയാല് കൊണ്ട് രക്ഷയില്ല. എവിടെപ്പോയാലും കുത്തും. ആദ്യം കുത്തിയ ഈച്ചയെ ഞാനന്ന് അറിയാതെ കൊന്ന് ചവിട്ടിയരച്ചതാണ് കാരണം. തേനെടുക്കുമ്പോള് മരച്ചോട്ടില് കാർന്നോന്മാർക്ക്

പെരുംതേൻ

വെറ്റില അടക്കയൊക്കെ നേർച്ച വച്ചാണ് സാധാരണ കേറുക, ദൈവത്തിന്റെ അനുവാദം ചോദിക്കലാണത്. അല്ലേല് നെയ്യ് ചെകുത്താൻ കുടിച്ചുപോകും എന്നാണ് നാങ്ങ പറയുക. ഒരു തുള്ളി കുടില്കൊണ്ടോവാൻ കിട്ടൂലാ. ഇറങ്ങുമ്പോഴ്, മരച്ചോട്ടില് പൂജകഴിച്ചില്ലേല് നെയ്യ് പിശാച് വലിച്ചെടുക്കും......വീട്ടിക്കേറ്റാനൊക്കൂലാ എന്നൊക്കെയാണ് വിശ്വാസം. അതിന് പിശാചുക്കളുക്ക് വേണ്ടി മരച്ചോട്ടില് കുറച്ച് ഒഴിച്ചാളയും.

ഈച്ച കുത്തിയാല് നല്ല വിഷാണ്. കുത്തിയ തടിപ്പ്മാറ്റാന് മഞ്ഞളാണ് അരച്ചു തേക്കുക. പാണലിന്റെ ഇലയും അരച്ച് തേക്കും. ഒന്നുരണ്ടുപേർ ഈച്ചക്കുത്തേറ്റ് മരത്തേന്ന് വീണിട്ടുണ്ട്. ചത്തിട്ടുമുണ്ട് പൊഞ്ചുളമൂപ്പനെ ഈച്ച പാക്കം മുഴോനും ഓടിച്ചു കുത്തി. കുറെ ദിവസം കിടപ്പിലായ മൂപ്പൻ പിന്നെ പച്ചമരുന്നൊക്കെ ചെയ്ത് ഒരു വിധമാണ് രക്ഷപെട്ടത്. ദേഹം മുഴോനന്ന് പൊന്തിയിരുന്നു. ചെമ്പ്രേന്നന്ന് ഈച്ചക്കൊമ്പ് നാങ്ങയന്ന് മിനക്കെട്ടിരുന്നാണ് ഊരിക്കളഞ്ഞത്. കുംഭമാസത്തിലാണ് തേനെടുക്കാന് കാട്ടിക്കേറുക. ചിലപ്പോ കന്നിത്തേനും കിട്ടും. പുറ്റുതേനിന്റെ കന്നിത്തേന് നല്ല തെളിഞ്ഞ തേനാണ്. മരുന്നിനൊക്കെ അതാണെടുക്കാറ്.

പെരുംന്തേനിന്റെ മുട്ടയട ചുട്ടാണ് നാങ്ങ തിന്നുക. അവിച്ച കാട്ടുനായ്ക്കരൊക്കെ പച്ചക്ക് തിന്നുന്നത് കാണാം. ചുട്ടാല് രുചി കൂടുതലാണ്. നെയ്യിലും മുക്കിത്തിന്നാം. ചണ്ടിതുപ്പിത്തെറുപ്പിക്കും. കോത്തൻ തേൻ, പുറ്റുതേൻ, കുശവത്തേൻ ഇങ്ങനെ പലതുണ്ട്. പുറ്റുതേൻ പക

ലാണ് മറിക്കുക. ഊതിയൂതി ഈച്ചേ മാറ്റും, അടതെളിഞ്ഞാല് അടർത്തും. പുറ്റു തേനാണ് നാട്ടില് വളർത്തിയെടുക്കുന്നത്. കോത്തൻതേൻ, കുറ്റിച്ചെടിക്കമ്പിലും, വേരുകളിലും തൂങ്ങിക്കിടക്കും. നല്ല ഔഷധഗുണമുണ്ടതിന്. മരുന്നുണ്ടാക്കാനൊക്കെ നല്ലതാണ്.

ഈച്ചയറിയാതെ തേനെടുക്കാന് നല്ല മിരുത് വേണം. ഇല്ലേ കുത്തുറപ്പാണ്. കോത്തൻ തേനില് കുട്ട്യോളുക്ക് വയമ്പ് അരച്ച് കൊടുത്താല് ആയുസ്സുകൂടുമെന്ന് കാർന്നോന്മാര് പറഞ്ഞിട്ടുണ്ട്.

കുശവത്തേൻ മരപ്പൊത്തിലും കല്ലുകൾക്കിടയിലുമൊക്കെ കാണും. ചെറിയ ഈച്ചയാണിത്. ഇത്തിരിത്തേനെ കിട്ടൂ. എങ്കിലും നല്ല മധുരാണ്.

കൂളപ്പണി

നെല്ലെടുത്ത് കുത്തി അരിയാക്കി അത് മാനന്തവാടിയിൽ കൊണ്ടോയിക്കൊടുത്ത് പകരം വീട്ടുസാധനങ്ങളുമായി തിരിച്ചുവരുന്നതിനാണ് കൂളപ്പണി എന്നു നങ്ങ പറയുന്നത്.

മൂപ്പൻ പറഞ്ഞു.

ചെറുപ്പത്തിലേ കാലിനോക്കാനായി കാട്ടിക്കൂടെ അലഞ്ഞ് നടന്നയെന്നെ പൊന്നമേസ്തിരയാണ് ചാലുപുരേല് പഠിക്കാനിരുത്തീത്. മൂന്നുകൊല്ലേ ഇരുന്നുള്ളൂ. പിന്നെ ആ പുരയൊക്കെ പൊളിഞ്ഞു പോയി. ചിലോരൊക്കെ മാനന്തവാടീല് തെയ്‌ലത്തോട്ടത്തിലേക്ക് പണിക്ക് പോകുമായിരുന്നു. അന്ന് രോഗങ്ങൾ കൂടുതലുള്ള സമയമായിരുന്നു. മലമ്പനിയും, മലേറിയുമൊക്കെ കുടീലുള്ളോരെ കൊല്ലുന്ന സമയം. മലമ്പനി വന്നാല് ദേഹോക്കെ അളിഞ്ഞു പൊട്ടി ദിവസങ്ങളോളം കിടക്കുമായിരുന്നു കുടീല്. ചിലരൊക്കെ മരിച്ചു പോയിട്ടുണ്ട്. ചികത്സിക്കണേല് അങ്ങ് മാനന്തവാടിക്കുപോകണം. മൈസൂരീന്നൊക്കെ പണിക്ക് കൊണ്ടോന്ന ആളുകളീന്നാണ് നാങ്ങക്കന്ന് മലമ്പനി പിടിച്ചതെന്ന് കാർന്നോന്മാര് പറഞ്ഞു കേട്ടിട്ടുണ്ട്.

ഞാന് ചെറുപ്പത്തിലെ കാട്ടിലെ ജണ്ടകെട്ടുന്ന പണിക്ക് പോകുമായിരുന്നു. നാലണയാണ് അന്ന് കൂലി. പത്ത് പൈസകൊടുത്താല് ചായയും ബോണ്ടയും കിട്ടും. അത് മാനന്തവാടിയിൽ പോയാണ് കഴിച്ചിരുന്നത്.ഇതിനായി അരിച്ചാക്കുമായി മാനന്തവാടിക്കുപോകുന്ന കാർന്നോന്മാരുടെകൂടെപോകും. അന്ന് കൂളപ്പണിക്ക് ഞാനും കൂടും. പറ്റുന്നപോലെ ചാക്കെടുക്കും. അന്ന് അമ്പതുകിലോ ചാക്കൊക്കെ തലച്ചുമടായി മാനന്തവാടിയിൽ എത്തിക്കുന്ന ആളുകളുണ്ടായിരുന്നു.

അന്നൊക്കെ നല്ല ആരോഗ്യമായിരുന്നു നാങ്ങക്ക്. തടിപിടിക്കാനോ, ചുമ ടെടുക്കാനോ ഒക്കെ പറ്റുന്ന കാലം.

പഞ്ഞമാസത്തില് കണ്ണൂരുന്നുക്കെ മാപ്പിളമാര് വരും കാശ്തരാൻ. പകരം കൊയ്ത്തുകാലമായാല് നെല്ല് അരിയാക്കി മാനന്തവാടിയില് എത്തിച്ചു കൊടുക്കണം. കാശ് എത്ര കുറഞ്ഞാലും വാങ്ങാതെ തരമി ല്ലാരുന്നു, അത്രക്കും പട്ടിണിയാണ് അക്കാലത്ത് കുടീലൊക്കെ അവറ്റതരുന്ന കാശ് ബാക്കിയുണ്ടേല് വീട്ടു സാധനങ്ങള് വാങ്ങും. സ്തീ കളാണ് നെല്ല് കുത്തി അരിയാക്കുക. അതിന് പ്രത്യേക കൂട്ടങ്ങളുത ന്നെയുണ്ട്. ഒരു പറനെല്ലു കുത്തിയാല് ഒരുസേർ അരിയാണ് പെണ്ണു ങ്ങക്ക് കൂലി. വിറകു കൊണ്ടു വരാനും. തിളപ്പിക്കാനുമൊക്കെ നാങ്ങ കൂടും. ചെറിയമലേന്നും, കണ്ടാമലേന്നുമൊക്കെ ചാക്ക് ഏറ്റിയോര് അതി രാവിലെ വരും തിരുമത്ത് കോളനീല്. പിന്നീടാണ് പത്തും പതിനഞ്ചും പേര് ഒന്നിച്ചുള്ള യാത്ര തുടങ്ങീത് കാട്ടിലൂടെ മാനന്തവാടീലേക്ക്. ആന യൊക്കെ പലപ്പോഴും യാത്ര തടസ്സപ്പെടുത്തീട്ടുണ്ട്. പിന്നെ അരയോളം വെള്ളത്തില് കൂടൽക്കടവ് പുഴ കടന്നാണ് നാങ്ങ പോകുക. രാവിലെ പോയാല് വൈകുന്നേരമാണ് മാനന്തവാടീല് എത്തുക. പിന്നെ രാത്രി യാണ് തിരിക്കുക. പോരുമ്പോള് ഉണക്കമീൻ ചൂടിക്കയറില് കെട്ടികൊ ണ്ടുവരും ആവശ്യക്കാർക്ക് കൊടുക്കാന്. മത്തിയാണ് നാങ്ങക്കന്ന് പ്രിയം. വെലേം കുറവായതോണ്ട് അഞ്ച് കിലോ ഒക്കെ വാങ്ങും. ഓലപ്പെട്ടീ ലാണ് അന്ന് മത്തി വരുക.

തുലാപ്പത്ത് (പുത്തേരി)

തുലാപ്പത്തിന് നാങ്ങക്ക് കതിരുകേറ്റല് വലിയചടങ്ങാണ്. അത് കുടീല് എല്ലാവർഷവും നടത്തണമെന്ന് കാർന്നോന്മാരുടെ കൽപ്പനയു ണ്ട്. നല്ലവിളവ് തരുന്നേന് പാക്കത്തെയ്വത്തിനുള്ള നേർച്ചയാണത്. അന്ന് വെള്ളകീറുമ്പോഴേ കതിരു പറിക്കാന് കുട്ടികളെല്ലാം വയലിലേക്ക് ഓടും. എല്ലാവരുടെ വിളവീന്നും എടുക്കും കതിര്. അത് വലിയകത്ത് കേറ്റിവക്കും കുട്ട്യോള്. പിന്നെ പെണ്ണുങ്ങള് കൊല്ലീലെ പനങ്കുറ്റീപ്പോ യി വെള്ളം കൊണ്ടുവന്ന് തളിച്ച് കതിര് ശുദ്ധിയാക്കിയാലേ ദൈവപ്പു രേല് പൂജക്ക് കേറ്റൂ. എല്ലാം പാക്കത്തെയ്യം പറേണതുപോലെചെയ്യ ണം. പിന്നെ,വലിയപുരേലേക്ക് കതിര് തിരികെ എടുക്കണം. അത് തെയ്യം തന്നെഎല്ലാവർക്കും വീതം വെച്ചുകൊടുക്കും. അതുകൊണ്ടു പോയി എല്ലാരും വീടിന്റെ ഉമ്മറത്ത് ഞാത്തികെട്ടും അടുത്ത തുലാപ്പ

കൂളപ്പണിക്ക് നെല്ല് കുത്തുന്ന കുറുമസ്ത്രീകൾ

ത്തുവരെ,അതാണ് ചടങ്ങ്. അതവിടെ ഉണ്ടായാല് വിളവിനുദോഷം വരില്ലാന്നും, വീടിനും വീട്ടാർക്കും ഐശ്യര്യം ഉണ്ടാവൂന്നുമാണ് എങ്ങടി വിശ്വാസം. ഇതുപോലെ സംക്രാന്തിക്കും (കർക്കിടകം) പ്രത്യേകതകളുണ്ട്. അന്ന് കാട്ടിലേക്ക് ബെളിഞ്ചി വെക്കാന് (പശക്കോല്)പോകുന്ന ഏർപ്പാടുണ്ട്. അന്ന് പോയാല് ധാരാളം പക്ഷികളെ കിട്ടുന്നാണ് എങ്ങടി വിശ്വാസം. അതൊരാഘോഷമാണ്. രാവിലെ കുളിച്ച് ശുദ്ധിയായി ഗുളികമുത്തപ്പൻതറേല് തേങ്ങയുടച്ച് മുത്തപ്പനെ കുമ്പിടും. അന്ന് നല്ല ഭക്ഷണമൊക്കെ ഉണ്ടാക്കി കുട്ട്യോൾക്കു കൊടുക്കും. മൂന്നാലു കൂട്ടം കറികളൊക്കെ ഉണ്ടാകും. തലേന്ന് പെണ്ണുങ്ങള് മീൻകോരാമ്പോയി കൊണ്ടുവരുന്ന മീൻകറിയായിരിക്കും പ്രധാനകറി. കുടീക്കാരുടെ വലിയാഘോഷം തന്നെയാണ് പുത്തേരി.

ബാവ്ളി (പ്രസവം)

പണ്ട് പെണ്ണുങ്ങളെല്ലാം പ്രസവിക്കേണ്ടത് വലിയപുരേടെ പുറകില് വച്ചാകണമെന്ന് നിർബന്ധമുണ്ടായിരുന്നു. പ്രസവിക്കാറായ പെണ്ണുങ്ങളെ താങ്ങിപ്പിടിച്ച് വലിയപുരേടെ പുറകിലേക്ക് കൊണ്ടുവരും ബന്ധുക്കള്.

ഭർത്താവും കുട്ടികളുമെല്ലാം ഒപ്പം കൂടും. ബയങ്കര തണുപ്പായിരുന്നു അന്നൊക്കെ പുറത്ത്. അന്നേരം. കൂട്ടക്കാര് ആഴിയൊക്കെ കൂട്ടി ചൂടു തട്ടിച്ചാരിക്കും പെണ്ണിനെ കിടത്തുക. പ്രസവിച്ചാല് മൂന്നാംദിവസം കുട്ടിയെ മഞ്ഞളും ചുണ്ടയിലയും ചേർത്ത വെള്ളത്തില് കുളിപ്പിക്കും. എന്നിട്ട് ഒരു സ്ത്രീ കുട്ടിയേങ്കൊണ്ട് വലിയപുരേല്കേറും. അന്ന് വലിയമൂപ്പത്തി പനങ്കൂറ്റീന്ന് കണ്ണീര് ജലം കൊണ്ടുവന്ന് കുട്ടീടെ നാവില് ഇറ്റിച്ചാല് കർമ്മം കഴിഞ്ഞു. അന്ന് സ്ത്രീകളെല്ലാം കുളിച്ച് ശുദ്ധമായേ വലിയപുരേല്ക്കേറൂ. അന്നൊക്കെ പ്രസവമെടുക്കാന് പൊന്നമ്മുത്തിയാവും ഉണ്ടാവുക. കുടീലെ പ്രസവമെല്ലാം പൊന്നമ്മുത്തിയാണ് എടുത്തത്. അവര് മൂന്ന് വർഷം മുമ്പ് മരിച്ചുപോയി. കുട്ടികള് തലതിരിഞ്ഞ് കിടന്നാല് പെണ്ണുങ്ങള് നിലവിളിക്കും അത് മുത്തിക്കറിയാം. അന്നവര് ഊതി തിരുമ്മിയാണ് വിലക്കൊക്കെ മാറ്റി പ്രസവിപ്പിച്ചിരുന്നത്. കുട്ടികളൊക്കെ ചത്തിട്ടുമുണ്ട്. അതൊക്കെ പാക്കത്തെയ്യം കൊണ്ടുപോയി എന്നാണ് നാങ്ങ പറയുക. എന്റെ ഭാര്യ മാധവീടെ ഏഴുപ്രസവോം എടുത്തത് പേറ്റിച്ചി പൊന്നമുത്തിയായിരുന്നു. ഒരു കൊഴപ്പോ വന്നില്ല. അതുപോയിട്ട് ഇപ്പോഴത്തെ പെണ്ണുങ്ങള് വയറ്റിലാവുമ്പോഴെ ഓട്ടമാണ് ആശുപത്രിലേക്ക്.

മൂപ്പന്റെ ചുണ്ടിൽ ചിരി വിരിഞ്ഞു. അതിലൂടെ മുറുക്കാൻ തുപ്പൽ ഒഴുകി.

വരിയുടക്കൽ

ഉരുക്കളുടെ വരിയുടച്ചാലെ ഉഴാൻ പറ്റൂ. അതോണ്ട് ഉരുക്കളെ വരിയുടക്കുന്ന ഏർപ്പാട് നാങ്ങക്ക് പണ്ടേയുണ്ട്. അതിന് മരക്കോല് ഉരുട്ടിയാണ് കവണക്കോലുണ്ടാക്കുന്നത്. കവണക്കോല് തുളച്ച് കമ്പിയിട്ടാണ് അതിന് പാകപ്പെടുത്തുക. രണ്ടുരണ്ടര വയസ്സാകുമ്പോഴേക്കും മൂരിനെ വരിയുടക്കാനായി കൊണ്ടു വരും. ആദ്യം മൂരീനെ കയ്യുംകാലും കൂട്ടി കെട്ടി വയലിലേക്ക് വീഴിക്കും. എന്നിട്ട് കവണക്കോലിന് ഞെക്കി വൃഷണം ചമ്മന്തിപോലെ ചതച്ചെടുക്കും. രണ്ടും ഉടയുമ്പോള് മൂരികള് അമറുകയും തൂറുകയും, കയ്യും കാലുമിട്ട് ഇളക്കുകയും ചെയ്യും. അന്നേരം മൂന്നാലാളുകള് ചേർന്ന് ബലത്തില് പിടിക്കും. ഉടച്ചില്ലേല് മൂരീടെ ഊരഭാഗം കൂർത്തുവരും. അന്നേരം ഉഴാനൊക്കെ വലിയ പാടാണ്. വരിയുടച്ചാല് ഉരു വേഗത്തിൽ നടക്കും. അതുകൊണ്ടാണ് ഈ കർമ്മം ചെയ്യുന്നത്.

(ഉടയ്ക്കാത്തമൂരിയുടെ വൃഷണം നടക്കുമ്പോൾ കാലുകൾക്കിടയിൽ

തട്ടിവേദനിക്കുമ്പോഴാണ് നടപ്പ് പതുക്കെയാവുക. ഉടച്ചാൽ ഈ പ്രശ്നം പരിഹരിക്കും) കവണക്കോല് നന്നായി ഞെരിച്ചമർത്തി വെള്ളംപോലെയാക്കും വൃഷണം. ഉടച്ചാല് പിറ്റേന്ന് മണി ചീർത്ത് മത്തങ്ങ പോലാകും. അത് നാല് ദിവസം നിൽക്കും. ഉരുകിടന്ന് മരണക്കരച്ചില് കരയും. ബയങ്കര മണാരിക്കും അന്നേരം. ഈച്ച മാറൂല്ലാ. അപ്പോള് വേപ്പണ്ണ തൂത്ത് ഈച്ചയെ അകറ്റും. ഉടച്ച് കഴിയുമ്പോള് തന്നെ പുളിയും ഉപ്പും കയ്പ്പൻ നാരങ്ങയുടെ ഇലയും ചേർത്ത് അരച്ച് കുഴച്ച് മണിയിലിടും. വൃഷണത്തിനകത്ത് ചെറുമണിയുണ്ട് അതുകുടുങ്ങാതെ വേണം കവണക്കോല് പിടിക്കാന്. ചെറുമണി തട്ടിയാല് ഉരു ചാകും. ഇതുവരെ അങ്ങനെ സംഭവിച്ചിട്ടില്ല...

കോളനീലെ ചികിത്സാരീതികള്

കോളനീലെ ആദിവാസി ചികത്സാരീതികളെപറ്റി മൂപ്പനോട് ചോദിച്ചപ്പോൾ; തിരുമുഖത്ത് പലരോഗത്തിനും ചികത്സിക്കുന്നവരുണ്ടന്ന് അറിഞ്ഞു. പാരമ്പര്യമായി കിട്ടിയ ഈ അറിവുകൾ അവരുടെ സമുദായത്തിലെ ആളുകൾക്ക് വേണ്ടിയാണ് കൂടുതലും പ്രയോഗിക്കുന്നത്. ദൈവികമായും, കാട്ടിലേയും നാട്ടിലേയും പച്ചിലകളുപയോഗിച്ചും, രോഗത്തിന് ശമനം വരുത്തുന്ന അനേകം നാട്ടു ചികിത്സാരീതികളെക്കുറിച്ച് കാപ്പിമൂപ്പൻ സംസാരിച്ചു. അത് ജലദോഷം മുതല് പേപ്പട്ടി വിഷത്തിനു വരെ ചികിത്സിക്കുന്ന ഒരുകൊച്ചു മെഡിക്കൽകോളേജിനെക്കുറിച്ചായിരുന്നു സംസാരം. അത് സ്വീകരിക്കുന്നതും കൊണ്ടുനടക്കുന്നതും പഴയ തലമുറയിലെ ആളുകളാണ്. അതില് വൈദ്യന്മാരായ ചങ്കിലി മുത്തശ്ശി, ചില്ലി മുത്തി,ചാമി,രാഘവൻ,ശങ്കരൻ.... അങ്ങനെപോകും പേരുകൾ. നിഷ്ക്കളങ്കവും, നിരുപദ്രവകരവുമായ പച്ചമരുന്ന് പ്രയോഗങ്ങളെക്കുറിച്ച് മൂപ്പൻ പറയുകയാണ്.

വലിവ്, പനി, തലവേദന, ചുമ കുട്ടികളില്ലാത്തവർക്ക് മരുന്നു കൊടുക്കല്.,വാതം, പട്ടികടിച്ചാല്,പാമ്പുകടിച്ചാല്......അങ്ങനെപോകും ചികിത്സകള്.

മൂപ്പൻ പറഞ്ഞു

“രോഗം വന്നാല് കൈവിഷമാണന്നാണ് കാർന്നോന്മാർ പറയുക. ശരീരത്ത് എവിടെ മുറിഞ്ഞാലും കൈവിഷമാണ് കാരണമെന്ന് പറയും. വയറ് പുകച്ചില്, എരിച്ചില് ഇവയ്ക്ക് പാണല്, നന്നാറി,കുറുന്തോട്ടിവേര്, ഇതൊക്കെ അരച്ച് നെല്ലിക്ക പരുവം കഴിച്ചാല് വയറു ശുദ്ധിയാകും.

ചില പച്ചമരുന്ന് ഇട്ടാല് രോഗം ഭേദമാകാൻ വൈകും. അതോണ്ട് ചിലര് ആശുപത്രീപോകും. മാനന്തവാടിലും പനമരത്തുമാണ് അന്ന് ആശുപത്രിയുള്ളത്. അലോപ്പതി മരുന്ന് കഴിച്ചാല് അത് തലവെട്ടിക്കൊണ്ടുപോകുമെന്നും, പച്ചമരുന്നായാല് ആയുസ്സ് കൂടുമെന്നുമാണ് കുടീലുള്ളോരുടെ ബിശ്വാസം.”

പേപ്പട്ടികടിച്ചാല്

മൂപ്പൻ പറഞ്ഞു. കുടിലെ ചാമിയാണ് പേപ്പട്ടികടിച്ചാല് മരുന്നുകൊടുക്കുക. ചിലരെയൊക്കെ സുഖാക്കിയിട്ടുണ്ട്. വിഷം തീണ്ടിയാലും,പട്ടി കടിച്ചാലും ആളുകള് ചാമീന്റെടുത്താണ് ഓടി വരുക. ചാമിക്ക് കാർന്നോന്മാര് കൊടുത്തതാണ് പച്ചമരുന്ന് വിദ്യകളൊക്കെ. ചെറിയ മുറിവാണേല് ചാമി ഊതി മാറ്റും. വലുതാണേല് മുറിവിന്റെ വിധം നോക്കും; ചെറുതോ വലുതോ എന്നൊക്കെ. എന്നിട്ട് കടിപ്പാട് നല്ലോണം കഴുകി മുറിവില് പച്ചമരുന്ന് കെട്ടും. ഇതിന് ചാമി കാട്ടിക്കേറി കരിമുടിഞ്ഞോടെ ചപ്പും കായ്യുമൊക്കെ കൊണ്ടുവരും. നീലക്കളറാണ് അതിന്റെ കായ്ക്ക്. വലിയമുടിഞ്ഞക്കായും, പക്ഷിച്ചുണ്ടക്കായും, ഗരുഡക്കൊടീടെ വേരുമൊക്കെ ചേർത്ത് അരച്ച് വെള്ളംപോലാണ് കുടിക്കാൻ കൊടുക്കുക. മരുന്ന് മുറിവിലും തേച്ച് ഊതും.

അണലികടിച്ച് പുഴുത്ത് നാറിതൊക്കെ ചാമി മാറ്റീട്ടുണ്ട്. ചാമിക്ക് കാട്ടിലെ എല്ലാ മരുന്നും അറിയാം. കാലിയെ തീറ്റാനായി കാട്ടിപ്പോകലാണ് ചാമിക്ക് ജോലി. പശുക്കൾക്കും പട്ടിക്കുമൊക്കെ ചാമി മരുന്നു തേച്ച് സുഖാക്കിട്ടുണ്ട്.

ചങ്കിലി മുത്തശ്ശി

മൂപ്പൻ തൊട്ടടുത്തുള്ള കുടീലെ ചങ്കിലി മുത്തശ്ശിയെക്കുറിച്ച് പറഞ്ഞു.ഏതാണ്ട് എഴുപത്തഞ്ചുവയസ്സു പ്രായമുണ്ട് മുത്തശ്ശിക്ക്. എങ്കിലും നല്ല ചുറുചുറുക്കും,കാര്യപ്രാപ്തിയും.

ചങ്കലി മുത്തശ്ശിയെ കാണാൻചെന്നപ്പോൾ ഒരു ചെറുപ്പക്കാരന്റെ കാലിലെ മുറിവിന് അവർ ഊതുന്നതാണ് കണ്ടത് എന്തോ കൊണ്ട് നീരുകെട്ടിയ ഭാഗത്ത് മുത്തശ്ശി ഊതുകയാണ് ചും....ചും....ചും...(ചെമ്പരക്ക് ഊതുക എന്നാണിതിന് അവര് പറയുക,മിഴിക്കാരത്തിന് എന്നുപറഞ്ഞാൽ പഴുത്ത മുറിവിന്.) ആളുടെ വലുപ്പത്തിനും, മുറിവിനും,അനു

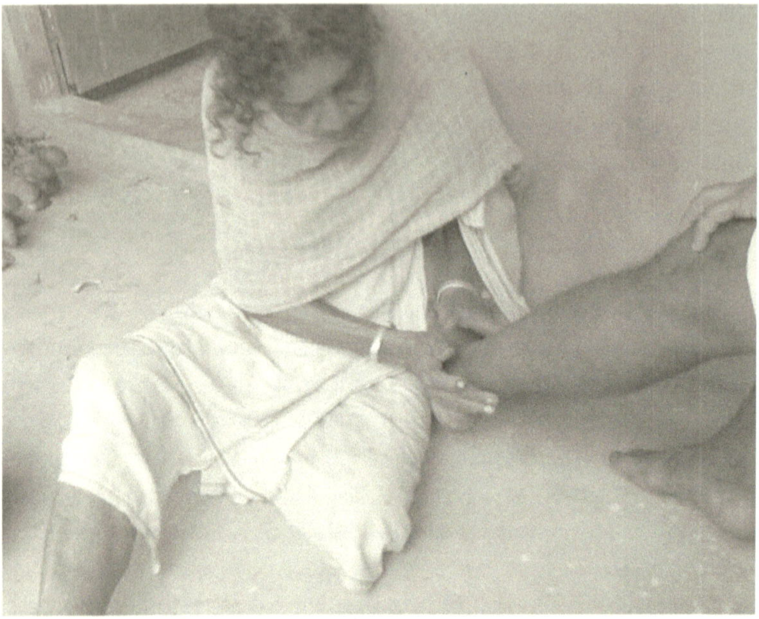

ചങ്കിലി മുത്തശ്ശി

സരിച്ചാണ് മുത്തിയുടെ ഊത്ത്. അപ്പോഴാണ് പശു തൊഴുത്തില് ചാണ കമിട്ട ഒച്ച കേട്ടത്. മുത്തശ്ശി ഓടിച്ചെന്ന് ഒരു കൈക്കോട്ടെടുത്ത് ചാണ കം തോണ്ടി കുഴീലോട്ടിട്ട് വീണ്ടും വേഗത്തില് തിരിച്ചുവന്നു. വെള്ളം കെട്ടിയ കുഴീന്ന് പച്ചചാണകത്തിന്റ ദുർഗന്ധം ഒഴുകി വന്നു. അവർക്കത് സുഗന്ധമാണ് കാരണം പശുക്കൾ അവരുടെ ജീവിതത്തിന്റെ ഭാഗമാണ്.

എഴുപത്തഞ്ചുവയസ്സുള്ള മുത്തശ്ശി പയറുമണിപോലാണ് പായുന്നത്. കുട്ടികളുടെ സ്പെഷിലിസ്റ്റ് എന്നാണ് അവർ അറിയപ്പെടുന്നത്. ചങ്കിലി മുത്തശ്ശി ഊതി കുട്ടികളുടെ മിക്കവാറും രോഗങ്ങളും മാറ്റുമെന്നാണ് കുടിലുള്ളവരുടെ വിശ്വാസം. കറുത്തവാവായാൽ കുട്ടികൾക്ക് കുറുകല്രോഗം കലശലാകും അപ്പോഴാണ് കുടീക്കാര് ഇവിടെ ഊതിക്കാൻ കൊണ്ടുവരിക. മുത്തശ്ശി പറഞ്ഞു. കുട്ടികളെ കൊണ്ടുവരുന്നത് കുറുകലും,ഞെട്ടലും മാറ്റാനാണ്.

അതിന് കുട്ടീടെ നിറുകയില് ഊതും. കുറുകലിന് കാട്ടുതക്കാളീടെ പൂവ്വ് പറിച്ച് അരിക്കാടിയില് ചന്ദനംപോലെ അരക്കും, എന്നിട്ട് ചെറുതായി ചൂടാക്കി പതം വരുത്തിയാണ് കുട്ടികൾക്ക് മൂന്നുനേരം കൊടുക്കുക. രോഗം മാറൂന്ന് ഉറപ്പ്. കുറുകുറുപ്പ് കൂടിയാല്;പൂവ്വ് പച്ചമഞ്ഞ

ളിലും അരച്ച്കുഴച്ച് കുട്ടികൾക്ക് കൊടുക്കും. രോഗം മാറീട്ടില്ലാന്ന് ഇതു വരെയാരും പറഞ്ഞിട്ടില്ല.

ഇതിന് ഒരുപാട് അച്ചിട്ടുകളുണ്ട് പോലും,നേരം,സമയം, കാലം ഇതൊക്കെ നോക്കിയാണ് മരുന്നുകൊടുക്കലും ഊതലും. അതൊരു വിശ്വാസമാണ് പത്തുവയസ്സു വരെയുള്ള കുട്ടികളെയാണ് മുത്തശ്ശി ഊതുക. കുട്ടി വലുതാണേൽ ഊത്തിന്റെ എണ്ണവും കൂടും. ഒരുനിമിഷം അടങ്ങിയിരിക്കാമെന്ന് വച്ചാൽ ആരെങ്കിലും വരും ഊത്തിന് കൂട്ടിക്കൊണ്ടുപോകാനായി. പിന്നെ,കാട്ടിക്കൂടി നടപ്പാണ് യാത്ര എത്രദൂരമുണ്ടെങ്കിലും.. ചിലർ എന്തെങ്കിലും കൊടുക്കും. ഇല്ലേലും മുത്തിക്ക് വിരോധമില്ല. ചെവിപൊട്ടലിന് കുട്ടികളുടെ നിറുകേല് കൂവളത്തിന്റെ ഇല ചതച്ച് അതിന്റെ നീര് വെളിച്ചണ്ണയിൽ ചാലിച്ച് തലയിൽ തേക്കുമെന്നും ഇവിടെ നിന്നറിഞ്ഞു. വളരെ നേരം മുത്തശ്ശി കാട്ടുമരുന്നുകളെക്കുറിച്ചും, അതുപയോഗിക്കുന്ന രീതികളെക്കുറിച്ചും സംസാരിച്ചു.

ചില്ലിമുത്തി

മേലേ ഊരാളിക്കുടീലാണ് ചില്ലിമുത്തിയുള്ളത്. പാരമ്പര്യമായിക്കിട്ടിയ അനുഭവസമ്പത്തുമായി ചില്ലിമുത്തി കാട്ടിക്കേറി മരുന്നു പറിച്ച് കൊണ്ടുവന്ന്,അതരച്ച് കൂട്ടക്കാരുടെ പലരോഗങ്ങളും ശമിപ്പിക്കുകയാണ് ജോലി. പക്ഷെ ജോലിക്കനുസരിച്ച് കൂലികിട്ടാത്ത ഒരു പണിയാണെങ്കിലും,കാശിനുള്ള പണിയായിചില്ലിമുത്തി ഇതിനെ കണക്കാക്കിയിട്ടില്ല.

ചില്ലി പറഞ്ഞു.

കുട്ടികളുക്ക് വിറപ്പനി വന്നാല് കിങ്ങിണി മരത്തിന്റെ തോല് (ഉങ്ങ്) ചെത്തിക്കൊണ്ട് വന്ന് അരച്ച് നീരാക്കി കൊടുക്കാറുണ്ട്. പ്രസവത്തിന് പുത്തിമുട്ടുള്ളോർക്ക് ഞായ വെളിച്ചണ്ണയൂതി കൊടുക്കും. ചിലോര് പിന്നെം വരും, അന്നേരം വെളിച്ചണ്ണ കാച്ചിയിട്ട് മേന്തോന്നിച്ചെടീടെ കിഴങ്ങ് അരച്ച് അതില് മുക്കി നാഭീ ഭാഗത്ത് തേക്കും. അന്നേരം ഗർഭിണികള് പ്രസവിക്കും..കുട്ട്യാക്ക് വിറപ്പനി വന്നാലും വാതത്തിനോ വലിവിനോ വന്നാലും ഞായ മരുന്നു കൊടുക്കും. മുഖം കണ്ടാലറിയാം സൂക്കേടിന്റെ രീതി. കുട്ടികളുണ്ടാകാന് ചീനിക്കാ വള്ളീടെ ഇലക്കൂമ്പ് എടുത്ത് വേവിച്ച് അതിന്റെ വെള്ളം കുടിപ്പിക്കും. വെറുംവയറ്റില് മൂന്നാല് നേരം കയിച്ചാല് സൂക്കേട് മാറി ഗർബിണിയാകും..

ചില്ലിമുത്തിക്ക് മരുന്നിനേക്കുറിച്ചും, ചികത്സയേക്കുറിച്ചും നല്ല ആത്മവിശ്വാസമാണ്. മരുന്നു പറയാൻ മടിയായിരുന്നെങ്കിലും ഒരുവിധം

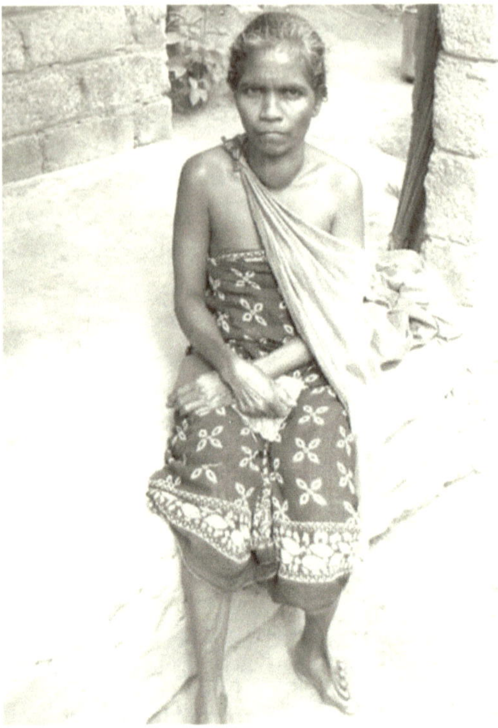

ചില്ലി മുത്തി

ഒപ്പിച്ചാണ്ചില്ലിമുത്തി പറഞ്ഞത്.

അവരുടെ ഭാഷയിൽ മരുന്നിന്റെ പേരുകൾ കേട്ടറിവില്ലാത്തതായിരുന്നു.

കുറിപ്പ്.

(ചില സ്ഥലത്ത് ഉങ്ങ്മരത്തിന്റെ തോലുചെത്തി നീരെടുത്ത് പാത്രത്തിലാക്കും എന്നിട്ടതില് അരിവാള് പഴുപ്പിച്ച് ചൂടാക്കും, ആ നീരുകുടിപ്പിച്ചാല് പനി മാറും. ഇല്ലേല് തോല് കത്തിച്ച് ചാരമാക്കി ചാരം വെള്ളത്തില് കലക്കി തെളിനീർ കുടിപ്പിക്കും. അന്നേരം ഏത് മാറാത്ത പനിയും വിട്ടുപോകുമെന്ന് മറ്റു ചില ആദിവാസികളുടെ ഇടയിലും വിശ്വാസമുണ്ട്.)

പുഴു വിലക്കൽ

മൂപ്പൻ പറഞ്ഞു. "രാഘേലാനാണ് ഇതിന്റെ ചികത്സ."

പശൂനും ചെമ്പ്രക്ക് ഊതലുണ്ട്. തുമ്പി ഭാഗം മുറിയുകയോ പഴുക്കുകയോ ചെയ്താലും, അകിടുവീക്കമോ മറ്റോ വന്നാലും ഊതും. എന്നിട്ട്, കാട്ടിപ്പോയി ഇടംപിരി വലംമ്പിരി മരത്തിന്റെ തോല് ചെത്തികൊണ്ടുവരും. അതിലാണ് ആനച്ചുവടിപറിച്ച് മാലപോലെകെട്ടി കാലീടെ കഴുത്തിലിടുക. നാലുദിവസം കഴിഞ്ഞാലെ കെട്ട് എടുക്കൂ. അപ്പോഴേക്കും മരുന്ന് ഉണങ്ങി ചുങ്ങി കാലീടെ മുറിവിലെ പുഴുപോയിരിക്കും. പച്ചമരുന്ന് ഏതായാലും ഇരുമ്പില് തൊടീക്കാതാവും പറിച്ചെടുക്കുക. ഉരൂന്റെ കൊമ്പ് പോയാലും ഇതുപോലെയാണ് നാങ്ങ ചെയ്യുക. മരുന്നുണ്ടാക്കുമ്പോള് മെൻസ്സസായ പെണ്ണുങ്ങളെ അടുപ്പിക്കൂല.അവര് തൊട്ടാലോ, അടുത്തുണ്ടങ്കിലോ മരുന്ന് ഫലിക്കൂല്ലാ. മരുന്നരച്ച് മുറിവില് കെട്ടുന്ന രീയിയൊന്നും നാങ്ങക്കില്ല..

ചെറിയമലേല് ഒരു വേലായുധനുണ്ട് പുഴുവിനെ വിലക്കുകാണ് അയാള് ചെയ്യുന്നത്. എന്തൊക്കെയോ മന്ത്രംജപിച്ച് ഉരുവിന്ചുറ്റും നടക്കും. കാലീനെ തൊടില്ല. എന്താണേലും രണ്ടു ദിവസംകഴിയുമ്പോഴേക്കും കാലീന്റെ ദേഹത്തെ പുഴു ഇറങ്ങിപ്പോയിരിക്കും. അകിടുവിക്കത്തിന് കോവക്ക ഇലയും ഉപ്പും മഞ്ഞളുംകൂടി അരച്ചാണ് രാഘേലാനിടുക. അതിനുമുമ്പ് കാലീനെ തോട്ടിലിറക്കി ശരിക്കും വെള്ള മടിച്ച് അകിടൊരുക്കും. ഇതൊക്കെ കൂട്ടക്കാർക്ക് കാർന്നോന്മാർ പകർന്നുകൊടുക്കുന്നതാണ്. ദക്ഷിണയായി മിക്കവാറും അടക്ക വെറ്റിലയാവും കൊടുക്കുക. ദക്ഷിണേല് കാശ് കാലിയാവാൻ പാടില്ലാന്നുണ്ട്. കാലണയെങ്കിലും വയ്ക്കണമെന്നാണ് നിയമം. കാശ്വച്ചാലും മിക്കരും അത് പാക്കതെയ്വത്തിനു കൊടുക്കും. മരുന്നും മന്ത്രോക്കെ ചോദിച്ചാലേ മക്കൾക്ക് പടിപ്പിച്ച് കൊടുക്കൂ കാർന്നോന്മാര്. അന്നേരം മൂപ്പനോട് അനുവാദം ചോദിക്കും. പുതിയ തലമുറക്ക് ഇതൊക്കെ കേൾക്കുന്നത് തന്നെ പുശ്ചമാണ്. കാട്ടിലെ പൊന്നമ്മുത്തി നൂറു വയസ്സായിട്ടും പേറെടുക്കാൻ പോകുമായിരുന്നു. പുതിയ തലമുറക്ക് പൊന്നമുത്തിയെന്ന് കേൾക്കുന്നതുതന്നെ ഭയമായിരുന്നു. അതുകൊണ്ട് അവിച്ച ആശുപത്രീലേക്കാണ് ഓടീരുന്നത്.

ഉരു ചികത്സയില് പച്ചമരുന്ന് പലിച്ചില്ലേല് മൂപ്പനോട് പരാതി പറയാം. പക്ഷെ ഇതുവരെ ആരും പരാതി പറഞ്ഞിട്ടില്ലായിരുന്നു മൂപ്പനോട്.

ആത്മവിശ്വാസത്തിന്റെ ഉന്മാദം പോലെ മൂപ്പൻ ഒന്നു ചിരിച്ചു.പിന്നെ പറഞ്ഞുതുടങ്ങി..

ഇടിഞ്ഞിലു മരത്തിന്റെ തോലെടുത്ത് ഇടിച്ച് പോടിച്ച് ഉളുക്കിനും ചതവിനുമൊക്കെ വെച്ചുകെട്ടിയാല് പെട്ടന്ന് മാറുന്ന് പൊന്നമ്മുത്തി പറഞ്ഞുകേട്ടിട്ടുണ്ട്. കരയിടിഞ്ഞിലും, നീരിടിഞ്ഞിലുമുണ്ട്. കരയിടിഞ്ഞിലാ നല്ലത്. വലിയമരാണത്. അതീന്ന് ഉരുപ്പടിയൊക്കെ അറപ്പിച്ചെടുക്കാം. കുറുവേടെ കരയില് ഒന്നുണ്ടായിരുന്നു, തോലെടുത്ത് ...തോലെടുത്ത് അത് ഉണങ്ങിപ്പോയിന്ന് കേട്ടു.

ചിലപ്പോ കാട്ടിപ്പോയാല് ചേര് മരംകാണാം. ഭയങ്കര വിഷാണതിന്. താഴെ വയലിലും ഒരെണ്ണം നിപ്പുണ്ട്. അതിന്റെ നീര് തട്ടിയാല് ആസിഡ്പോലെ പൊള്ളിപ്പോകും. പിന്നെ താന്നിമരത്തിന്റെ തോല് ചെത്തിപ്പൊടിച്ച് കുഴച്ച് തേച്ചാലെ പൊള്ളല് പോകു. കുട്ടികളൊന്നും അതിന്റെടുത്തേ പോകൂലാ...“ചേരും മക്കളും എടുത്തപാപം താന്നിയും മക്കളും തീർത്തേക്കണേ” എന്ന് മൂന്നു പ്രാവശ്യം പറഞ്ഞ് വലം വെച്ച് മരുന്നിട്ടാലെ പൊള്ളല് മാറൂ. ഇങ്ങനെ ഉപകാരിയും ഉപദ്രവകാരികളുമായ മരങ്ങളെക്കുറിച്ചും, ചെടികളേക്കുറിച്ചും മൂപ്പൻ വാചാലമായി സംസാരിച്ചു.

തൊണ്ടപഴുപ്പ് (ടോൺസിലസ്സ്)

തൊണ്ടക്ക് പഴുപ്പ്കേറിയാല് നാങ്ങക്കൊരു മരുന്നുണ്ട്. രാവിലെയാവും ഇതിടുക. വരുന്നോരോട് കൂറമുള്ളിന്റെ കൂമ്പ് പറിച്ചോണ്ട് വരാനും പറയും. കൂമ്പ് പച്ചമഞ്ഞളും ഉപ്പും ചേർത്തരച്ച് കുഴമ്പ് തൊണ്ടേലിട്ടുകൊടുക്കും. പുറത്തും തേക്കും. പഴുത്തുപൊട്ടുമ്പോഴാണ് മരുന്ന് കൂടുതലും ഫലിക്കുക. കുട്ടികളൊക്കെ മരുന്ന് ചിലപ്പോ തുപ്പിക്കളയും അത്രക്കും ചൊവയുണ്ടാവും. പക്ഷെ രണ്ടുദിവസോകൊണ്ട് രോഗം മാറും. ഓപ്പറേഷൻ വേണോന്ന് പറയുന്നോരൊക്കെ ഈടെ വരാറുണ്ട്. തുമ്പയിലയും വെളുത്തുള്ളിയുംചേർത്ത് കൊടുക്കുന്നോരുമുണ്ട്. പരു വന്നാല് കാർന്നോന്മാര് പറഞ്ഞുകേട്ടിട്ടുണ്ട് മുള്ളൻചീരയൊക്കെ സമൂലം അരച്ചുപുരട്ടാന്. ചെറുപ്പത്തിലെ അതൊക്കെപുരട്ടി പരുവിനെ പൊട്ടിച്ചിട്ടുണ്ട്. വയറിളക്കം വന്നാല് ഞാവൽപ്പഴം കഴിക്കണമെന്നാ പറയുക. മഴക്കാലായാല് കാട്ടിപ്പോകും ഞാവലുപഴം പറിക്കാന്.

എറിഞ്ഞാലൊന്നും വീഴൂലാ. കേറും എത്ര വലിയമരാണേലും. പഴം ഈമ്പിത്തിന്നാന് രസാണ്.ബാക്കിയുള്ളത് മടിക്കൂത്തിലിട്ട് തിന്നോണ്ട് പോരും കുടിലേക്ക്.

ഇടംപിരി വലംപിരി

വട്ടത്തില് ചെറിയ ഇലകളും ചുവന്നപൂക്കളുമുള്ള കുറ്റിച്ചെടിയാണിത്. ഇലകാട്ടിലെ മൃഗങ്ങള് ധാരാളം തിന്നും. നല്ല ഔഷധമാണ്. കായ ഒരു വിരലിന്റെ വണ്ണമേകാണൂ. കായ ഉണങ്ങിയാല് നന്നായി പിരിയും ഇട ത്തേക്കും വലത്തേക്കും. (അതാണ് പേര് അങ്ങനെ വന്നത്) ഇതരച്ച് വിരശല്ലത്തിന് കൊടുക്കും കുട്ടികൾക്ക്. കുട്ടികളുടെ വലുപ്പത്തിനനുസരിച്ച് ഓരോ അളവാണ് മുരുന്ന്. മുറിവൊക്കെയുണ്ടായാല് ഇതിന്റെ ഇല ഞെരടിപ്പിഴിഞ്ഞാണ് മുറിവ് വച്ചുകെട്ടുക. ചിലപ്പോ ചുണ്ണാമ്പും ചേർക്കും.

ദേഹത്തൊക്കെ നീരുവന്നാല് നീരൂരിച്ചെടിയുടെ ഇലയാണ് അരച്ചോ പിഴിഞ്ഞോ കെട്ടുക. കാട്ടിലൊക്കെ ഈ ചെടി ധാരാളം കാണാം..

ഇലനീണ്ട് പാമ്പിനെപ്പോലാവും കിടക്കുക. അരയിഞ്ച്നീളത്തിൽ മുട്ടുകളുണ്ടാവും. പറിച്ച് ഞെരടി മണത്താല് ഒരുമണമുണ്ടാവും.

ഇടംപിരി വലംപിരിയുടെ തൊലി ഉരിഞ്ഞ് കൊട്ടകെട്ടാനും കയറുപോലെ പിരിച്ച് പശുവിനെ കെട്ടാനൊക്കെ ഉപയോഗിച്ചിട്ടുണ്ട്. കൊമ്മം, കൊരമ്പക്കുട...ഇവയൊക്കെ ഉണ്ടാക്കീട്ടുണ്ട്. നല്ല ബലമാണിതിന്റെ വള്ളിക്ക്. വിടിന്റെ കഴുക്കോലുകെട്ടാനൊക്കെ ഇതിന്റെ നാര് പണ്ട്

ഇടംപിരി വലംപിരി

കാർന്നോന്മാർ കാട്ടിക്കേറി ചെത്തിക്കോണ്ടു വരുമായിരുന്നു. ഒരുകാലത്ത് കയറിന്റെ ഉപയോഗം മുഴുവൻ ഇതിന്റെ വള്ളികൊണ്ടായിരുന്നു. ഇപ്പോ പുതിയ തലമുറ അതൊന്നും ചെയ്യൂല്ല.

മണിത്തക്കാളി

ഇലകണ്ടാല് ചീനിച്ചെടിയാന്നേ തോന്നൂ. നാങ്ങ ഇത് കറിവെക്കാൻ ധാരാളമായി അരിഞ്ഞെടുക്കും. ഒരു മുത്തിന്റെ വലുപ്പത്തില് നിറയെ നീലപ്പഴങ്ങളുണ്ടാകും. അതു തിന്നാല് നല്ലമധുരമാണ്. നാക്കെല്ലൊക്കെ നീലക്കളറു വീഴും. പൊട്ടിച്ചാല് കയ്യേലും നീലക്കളറ് പറ്റും. വർഷം തീരാറാകുമ്പോളാണ് ചപ്പ് കാണുക. മരുന്നിനാന്ന് പറഞ്ഞ് ചിലോരൊക്കെ പറിച്ചോണ്ട് പോകുന്നതു കാണാം. കാട്ടിലേക്കാളും നാട്ടിലാണിത് കൂടുതല്. പിന്നെ, കാട്ടുചീരയും, മുള്ളൻചീരയുമൊക്കെ നാങ്ങ കറിവെക്കും. കണ്ണിന്റെ കാഴ്ച്ച ശക്തികൂട്ടാനൊക്കെ ഇത് നല്ലതണ്. നനവുള്ളേടത്ത് കാണുന്ന കാട്ടു ചെടിയാണ് മണിത്തക്കാളി. പലചെടികളും ഔഷധഗുണോ, ആരോഗ്യരക്ഷയോ അറിയാതെയാണ് ആദിവാസികൾ ഉപയോഗിക്കുക. എന്നാൽ അത് അവർക്ക് നൽകുന്ന ആയുസ്സും ആരോഗ്യവും അത്രവലുതാണ്. അതുകൊണ്ടാണ് ആദിവാസി ശരീരങ്ങൾ ഉണങ്ങിയിരുന്നാലും നല്ല ബലവും ശക്തിയും അവർക്കുള്ളത്. വലിയ രോഗപ്രതിരോധശേഷിയുള്ള കാട്ടുചെടിയാണിത്. ധാരാളം അയേൺ കിട്ടും. പിത്തം കുറക്കും. കരളിന് ശക്തികൊടുക്കുന്ന നല്ല ആന്റിഓക്സിഡന്റ്.ദഹനവും കരളിന്റെ പ്രവർത്തനങ്ങളും ഉഷാറാക്കും. ഇത് കഴിച്ചാൽ പനിയോ കഫക്കെട്ടോ ഉണ്ടാകില്ലെന്നും, ഒരു കിലോ കാബേജും ഒരുപിടി മണിത്തക്കാളിത്തോരനും സമമെന്നും നാട്ടു പറച്ചിലുണ്ട്. കാൽസ്യവും നൂട്രീഷൻസും ധാരാളമുള്ള പച്ചക്കറിയാണ് മണിത്തക്കാളി.

കയ്പ്പചുരക്കായ

എങ്ങടി പുരമേലൊക്കെ ധാരാളം കാണുമായിരുന്നു കയ്പ്പചുരക്കായ. ഇപ്പോളില്ല. കോളനിക്കാർ വീടൊക്കെ ഓടിട്ടപ്പോള് എല്ലാ ചെത്തിക്കളഞ്ഞു. മൂന്നാലു തരം ചുരക്കായുണ്ട്; പാലു ചുരക്കായ, കുംഭച്ചുരക്കായ,കൈപ്പച്ചുരക്കായ. മൂപ്പു കുറഞ്ഞ ചുരക്കായ കറിവെക്കാനൊക്കെ ചെത്താറുണ്ട്. മൂത്തുപോയാല് ഞാളതിന്റെ ഉള്ള് തുരന്നുകളയും, എന്നിട്ട് കഴുകിയുണക്കി ചേരില് തൂക്കിയിട്ട് സാമാനങ്ങള് ഇട്ടുവെക്കും.

കയ്പ്പച്ചുരക്കായ

വെള്ളം കുടിക്കുന്ന പാത്രങ്ങളുണ്ടാക്കും. വർഷങ്ങളായ ചുരക്കാ പാത്ര ങ്ങളൊക്കെ നാങ്ങക്ക് ഇപ്പോഴുമുണ്ട്. ചൂടുകുറക്കാനായി ചുരക്കായ തലേലൊക്കെ മുറിച്ച് തേക്കും അപ്പോ നല്ല തണുപ്പാണതിന്. കൈപ്പ ച്ചുരക്കായ കാർന്നോന്മാർ ചതച്ച് കഷായം വെക്കുന്നതൊക്കെ ചെറുപ്പ ത്തിലെ കണ്ടിട്ടുണ്ട്.

യൂനാനി ചികത്സക്കാണ് ചുരക്കായ കൂടുതലും ഉപയോഗിക്കുന്ന ത്.ചുരക്കായ ആദിവാസികളുടെ ജീവിതത്തിന്റെ ഭാഗമാണ്. കറിവെക്കാ നായി മാത്രമല്ല, പലതരം പാത്രങ്ങളുണ്ടാക്കാനാണ് ചുരക്കായ കൂടു തലും ഇവർ നട്ടിരുന്നത്. കച്ചിപ്പുരയിലെ തണുപ്പിലാണ് ഇതു നന്നായി ഉണ്ടായിരുന്നത്.

ചേർമരം

വെള്ളിലച്ചെടി

വെളുപ്പും പച്ചയും കലർന്ന ഇലകളാണിതിന്. തളിരില വെളുത്താണിരിക്കുന്നത്. കാട്ടിലെ മരത്തേലൊക്കെ ചുറ്റിക്കിടക്കുന്നത് കണ്ടിട്ടുണ്ട്. കൊല്ലികളിലേ മരത്തേല് എപ്പോഴും കാണാം. കണ്ണിസൂക്കേടിന് ചെറുപ്പത്തിലെ കാർന്നോന്മാര് ഇതിന്റെ തളിരില പറിച്ചോണ്ട് വന്ന് പിഴിഞ്ഞ് കണ്ണിലൊഴിച്ചിട്ടുണ്ട്. ചുവന്ന രസമുമുള്ള പൂവ്വാണതിന്റേത്. ഇലയോ പൂവ്വോ കായോ തൊലിയോ എന്തുവേണേലും ഞെരടിപ്പിഴിഞ്ഞ് കണ്ണിലൊഴിച്ചാൽ ഏത് കണ്ണസുഖവും മാറുന്നും, നല്ല കാഴ്ച കിട്ടൂന്നുമാണ് പറയുക. പറമ്പിലെ മരത്തേലൊക്കെ കേറിക്കിടപ്പുണ്ടായിരുന്നു. ഇപ്പോല്ലാം പോയി. പെണ്ണുങ്ങള് കുളിക്കാന് പോകുമ്പോഴ് ഇതിന്റ ഇലപറിച്ചോണ്ട് പോകും താളിതേക്കാനായി. ഇതിട്ട് കുളിച്ചാല് ദേഹകാന്തി കൂടൂന്നാ പറയുന്നേ.. അമ്മ കറുമ്പി-മോള് വെളുമ്പീ എന്നൊക്കെ ചിലോര് പറയുന്നേ കേൾക്കാം. പുറത്തൂന്ന് വൈദ്യന്മാരൊക്കെവന്ന് വേര് ചോദിക്കുമായിരുന്നു. നേരത്തെ പറഞ്ഞാല് നാങ്ങ കാട്ടിക്കേറി ഇതിന്റെ വേര് മാന്തിവെക്കും. നല്ല കാശും കിട്ടും. (ആയുർവേദത്തിലെ പ്രത്യേക ഒറ്റമൂലിയാണ് വെള്ളിലവള്ളി,. ലൈംഗിക

സംബന്ധമായ രോഗത്തിനും, സ്ത്രീരോഗത്തിനും ഇതിന്റെ സമൂലം ഇടിച്ച്പിഴിഞ്ഞ് ഉപയോഗിക്കും. ഇതിന്റെതാളി തലയില് തേച്ചാല് ബുദ്ധി വർദ്ധനവിനും ക്ഷീണം തളർച്ചയെല്ലാം പോകുമെന്നും ആയുർവേദം പഠിപ്പിക്കുന്നു.)

ഗരുഡക്കൊടി

മരത്തിൽ ചുറ്റി കയറിപ്പോകുന്ന വള്ളിയാണിത്. നീളത്തിലുള്ള ചെറിയ ഇലകളാണിതിനും. ഇലഞെരടി മണത്താല് ഒരു മണോണ്ട് വെള്ളുള്ളീടെ പോലെ. പാമ്പ് വരാതിരിക്കാന് നാങ്ങ ഇത് മുറ്റത്തു നട്ടു പിടിപ്പിക്കാറുണ്ട്. തലവേദന വന്നാല് ഇലഞെരടി നെറ്റിയേല് തൂക്കുമായിരുന്നു. പച്ചകലർന്നചന്ദന നിറമാണ് പൂവ്വിന്. അത്,പക്ഷിയെപ്പോലെ തണ്ടേല് തൂങ്ങിക്കിടക്കും. ഏതുവിഷത്തിനും നല്ല മരുന്നാണിത്. പാമ്പു ചികത്സകരൊക്കെ ഗരുഡക്കൊടി തേടി വരാറുണ്ട്. എന്തെങ്കിലും കടിച്ചാലോ, നീലച്ചാലോ,കട്ടുകഴപ്പോ മറ്റോ ഉണ്ടായാലും ഇതിന്റെ നീരാണ് നാങ്ങ ചതച്ച് ഇടുക. അണലിമരം തേടിയും ചിലോര് വരാറുണ്ട് പാമ്പു ചാകുന്ന മരമെന്നാണ് കുടീക്കാര് പറയുക. ഇപ്പോ അതൊന്നും കാണാറില്ല.

പുത്തരിച്ചുണ്ട

ഇഷ്ടംപോലെകാട്ടിലും നാട്ടിലും കിട്ടും. റോട്ടുവക്കിലൊക്കെ ഇലേല് നിറച്ച് മുള്ളുമായി നിക്കുന്ന ചെടിയാണിത്. തൊട്ടാല് കുത്തിക്കേറും. അതോണ്ട് സൂക്ഷിച്ചാണ് കായ കറിവെക്കാനായി പറിക്കുക. പറിച്ച് ഉണക്കി വറുക്കുകേം ചെയ്യും. പല്ലുവേദന വന്നാല് പുത്തിരിച്ചുണ്ടേടെ കായാണ് നാങ്ങ പറിച്ചു കടിക്കുക. അപ്പോ പല്ലു വേദന മാറും.കഷായം ഉണ്ടാക്കാനൊക്കെ നല്ലതാണ്... തലവേദനക്ക് ഇല പറിച്ച് ഞെരടി നെറ്റിയേല് തൂക്കും. പുഴുക്കടിപോലുള്ള ചൊറിയും, ചിരങ്ങും വന്നാല് കുടീക്കാർ കായപറിച്ച് മുറിച്ച് ദേഹത്ത് തേക്കാറുണ്ട്. എത്ര പറിച്ചെറിഞ്ഞാലും ഈ ചെടി പറമ്പീന്ന് പോകൂലാ; പിന്നേയും പൊങ്ങും. ആനച്ചുണ്ടയാണേല് കായ പൊട്ടിച്ച് അരികളഞ്ഞ് കുടീക്കാര് കറിവെക്കും.

(പുത്തിരിച്ചുണ്ട ധാരാളം കറിവെച്ച് കഴിച്ചാൽ ആസ്മക്ക് നല്ല കുറവ് കിട്ടുമെന്ന് പറയപ്പെടുന്നു. മുരുന്നിന് ധാരാളമായി നാട്ടുവൈദ്യന്മാർ ഉപയോഗിക്കുന്ന സസ്യമാണിത്. കാൽസ്യം, അയേൺ, എന്നിവ ധാരാളം ലഭിക്കുന്നതുകൊണ്ട് കഫദോഷമില്ലന്നും വൈദ്യന്മാര് പറയും)

കാട്ടുചേന

കാട്ടുചേന കുടീലങ്ങനെ ഉപയോഗിക്കാറില്ല. തിന്നാൻ കൊള്ളില്ല; മരുന്നിനാണിത് സാധാരണ പറിക്കുക. കാട്ടിക്കേറുമ്പോഴ് ഇതിന്റെ കുല പൊങ്ങി നിക്കുന്നേ കാണാം. തണ്ടിനുചുറ്റും മഞ്ഞയും, ചുവപ്പും കലർന്ന നിറമുള്ള പൂവ്വാണ്. കണ്ടാല് നല്ല രസാണ്. തൊട്ടാല് ചൊറിഞ്ഞെടപാട് തീരും. ശിഖരങ്ങളൊന്നുമില്ല. പറിച്ചാല് മൂന്നാല് കിലോയൊക്കെ കാണും.മനുഷ്യരും മൃഗങ്ങളുമെല്ലാം കണ്ടാല് വഴിമാറിപ്പോകും. വെള്ളം തട്ടിയാല് ഭയങ്കര ചൊറിച്ചിലായിരിക്കും. പിന്നെ പുളിയുടെ ഇലയരച്ച് പുരട്ടിയാലെ പോകൂ.ചിലോരതു പറിച്ച് മോരില് പുഴുങ്ങുന്ന് പറയുന്നു. പക്ഷികളൊക്കെ അതിന്റെ കായ തിന്നുന്നത് കാണാം. തണ്ടു ചീഞ്ഞാല് ഭയങ്കര മണായിരിക്കും. വേനലായാല് നാങ്ങ അത് കമ്പു കുത്തി അടയാളമിട്ടാണ് വെക്കുക. ആവശ്യം വന്നാല് തേടിപ്പോയി ഇരുമ്പ് തൊടീക്കാതെ പറിച്ചെടുക്കും. ഇല്ലിപ്പാരയ്ക്കാണ് പറിക്കുക. വലുതാണേല് പാരക്ക് തന്നെകീറും. മരുന്നിന് ചോദിച്ചു വരുന്നോർക്ക് കൊടുക്കാനാണ്.

(ആയുർവേദത്തിലെ അപൂർവ്വ മരുന്നാണ് കാട്ടുചേന. മുറിച്ച ചേന കട്ടിയില് മണ്ണും തവിടും ചേർത്ത് കുഴച്ച് പുരട്ടി ഉണക്കും. ഇത് ചാണ കവരളിപോലുള്ള തീയ്യിൽ പഴുപ്പിച്ച് ഭസ്മക്കൂട്ടാക്കും. വലിയ സിദ്ധൗഷധമാണ് കാട്ടു ചേന. ആമാശയകാൻസർ തുടങ്ങി വയർസംബന്ധമായ എല്ലാ രോഗങ്ങൾക്കും കാട്ടുചേനയുടെ പൊടിയാണ് ഉപയോഗിക്കുക)

മത്തക്കുരു

മത്തങ്ങ വേനലു കഴിഞ്ഞാല് പുരേടെ മുകളിലൊക്കെ ഇഷ്ടംപോലെ കേറിക്കിടക്കുന്നതു കാണാം. ഇതിന്റെ കുരു കൂട്ടക്കാർക്ക് നല്ല ഇഷ്ടമാണ്, മത്തങ്ങക്കറിയും ഇഷ്ടാണ്. കുമ്പളങ്ങയും ഒത്തിരി കാണുമായിരുന്നു. ഇപ്പോഴതൊക്കെ കുറവാണ്. മത്തങ്ങക്കുരുവൊന്നും കുടീക്കാർ കളയൂലാ. കുട്ടികളൊക്കെ വറുത്തും പച്ചക്കുമൊക്കെ അത് തിന്നും. പ്രസവിക്കാറായ പെണ്ണുങ്ങളൊക്കെ ഇത് നല്ലോണം തിന്നാറുണ്ട്.

(മത്തങ്ങ ആദിവാസികളുടെ ജിവിതത്തിൽ നല്ല ആരോഗ്യരക്ഷയുണ്ടാക്കുന്ന പച്ചക്കറിയാണ്. പ്രോട്ടീൻ ധാരളമടങ്ങിയ നട്ടാണ് മത്തങ്ങ കുരു. കാൽസ്യത്തിന്റെ കുറവ് ഇതു പരിഹരിക്കും. കപ്പലണ്ടിപ്പരിപ്പിന്

സമം. ചെറുമത്സ്യങ്ങളിലെപ്പോലെ ഒമേഗ-ത്രീ ധാരാളമുള്ള ഭക്ഷണം. ഇതിലെ എൻസൈം കിഡ്നി രോഗത്തിന് ഉത്തമമെന്ന് അമേരിക്കൻ ശാസ്ത്രജ്ഞർ കണ്ടെത്തിയിട്ടുണ്ട്. ആദിവാസിക്ക് കിഡ്നിരോഗം കുറവായതിന് കാരണമിതാണ്. കപ്പളങ്ങ ആദിവാസികളുടെ ജീവിതത്തില് പ്രധാന ഭക്ഷണമാണ്. വിശക്കുമ്പോൾ ചുമ്മാപറിച്ചു തിന്നുന്നതുകൊണ്ട് പലവിധ രോഗശമനവും ഇവരറിയാതെ സംഭവിക്കുന്നു. നടുവിന് വേദന വന്നാൽ കപ്പളങ്ങ തോർത്തിൽകെട്ടി ചൂടാക്കി വീക്കമുള്ളിടത്ത് തിരുമ്മി വാതരോഗം മാറ്റാറുണ്ട്. അമേരിക്കൻ കമ്പനി കോയമ്പത്തൂർ റിസർച്ച്നടത്തി കപ്പളങ്ങ പതിനാറ് രോഗത്തിനുള്ള ഔഷധമാണന്ന് കണ്ടെത്തിയിട്ടുണ്ട്. വൻ പ്രോട്ടിനിന്റെ സമൃദ്ധി. കണ്ണിന്റെ അന്ധതക്കും കപ്പളപ്പഴം ഉത്തമം. സൗന്ദര്യ വർദ്ധനവിന് കപ്പളപ്പഴം മുഖത്ത് ചിലർ അരച്ച് പിടിപ്പിക്കാറുണ്ട്. എത്ര വിലകൂടിയ ഭക്ഷണം കഴിച്ചാലും പട്ടണത്തിലുള്ളോർക്ക് അസുഖം വരുന്നത് അവർ കഴിക്കുന്ന ഭക്ഷണത്തിൽ വൈറ്റമിന്റെ കുറവ് ഉള്ളതു കൊണ്ടാണ്.

ആദിവാസിക്ക് അവരുടെ ഈ ജൈവരീതിയാണ് ജീവരക്ഷ. എന്തും തിന്നാനുള്ള ആദിവാസികളുടെ ഉത്സാഹമാണ് ഒരു പരിധിവരെ അവരെ എല്ലാ അസുഖങ്ങളിൽനിന്നും അകറ്റിനിർത്തുന്നതും ആയുസ്സ് നീട്ടിക്കൊടുക്കുന്നതും.)

പാക്കംകോട്ടയും ചരിത്രാവശിഷ്ടങ്ങളും

പാക്കം കുറുമർക്ക് ആധിപത്യമുള്ളസ്ഥലമാണെന്ന് മുമ്പ് സൂചിപ്പിച്ചുവല്ലോ: പഴശ്ശീടെ കാലം മുതൽക്കെ അവർ ശക്തരുമാണ്. അതിനു തെളിവായി സമീപത്തെ പാക്കം കോട്ടക്ഷേത്രത്തിന്റെ അവശിഷ്ടങ്ങളും, ബ്രിട്ടീഷ് സ്രാമ്പിയും, കാട്ടിനുള്ളിലെ കാടുമൂടിയ കെട്ടിടങ്ങളെക്കുറിച്ചുമെല്ലാം മൂപ്പൻ പറഞ്ഞു തന്നു. ദൈവപ്പുരേലെ പള്ളിവാൾ കാട്ടിത്തന്നു. തലക്കൽ ചന്തുവും,കുങ്കനുമൊക്കെ പഴശ്ശീടെ അവസാനകാലത്ത് പാക്കം കാട്ടിനുള്ളിലായിരുന്നുപോലും ആയുധ പരിശീലനവും ഒളിവിൽ താമസവും. ഇവിടെ നിന്ന് ഏതാണ്ട് പതിനഞ്ച് മൈൽ ദൂരമേയുള്ളൂ പഴശ്ശി വീരചരമം പ്രാപിച്ച മാവിലാംതോട്ടിലേക്ക്. ബ്രിട്ടീഷ്സേനയെ നേരിടാനുള്ള അമ്പെയ്ത്ത് പരീശിലനം അന്ന് കുറുമരെയാണ് പള്ളൂർ എമ്മനും, എടച്ചേന കുങ്കനും പഠിപ്പിച്ചിരുന്നത്. അതുകൊണ്ട് തന്നെ കുറിച്ച്യരല്ല കുറുമരാണ് പഴശ്ശിയെ അവസാന പോരാട്ടത്തിലൊക്കെ കാത്തതെന്ന ചരിത്രസത്യങ്ങൾ പാക്കത്ത് ചിതറിക്കിടപ്പുണ്ട്.

പാക്കംകോട്ട ക്ഷേത്രം

മൂപ്പൻ മുറുക്കിയത് നീട്ടിയൊരു തുപ്പു തുപ്പി എന്നിട്ട് പറഞ്ഞു.

അക്കാലത്ത് നല്ല തണ്ടും തടിയുമുള്ള മുത്തന്മാരായിരുന്നു കുറുമര്. പഴശ്ശി പാക്കത്ത് താമസ്സിച്ചിരുന്നപ്പോഴും തെയ്യവും മുത്തശ്ശിയമ്മയുമൊക്കെയുണ്ടായിരുന്നു. അവരോടു ചോദിച്ചിട്ടാണ് പഴശ്ശിക്ക് അന്ന് നാങ്ങ സംരക്ഷണംകൊടുത്തത്. കുറുവാ, പാക്കം, ചെറിയമല പ്രദേശങ്ങളെല്ലാം പഴശ്ശിക്ക് ഒളിച്ച് പാർക്കാൻ പറ്റിയ പ്രദേശങ്ങളായിരുന്നു. തിരുമുഖത്തു കോളനിക്ക് പഴശ്ശിരാജാവുമായി നല്ല ബന്ധമുണ്ടായിരുന്നു.

പഴശ്ശിരാജാവിനെ കീഴ്പ്പെടുത്തിയ ശേഷം ബ്രിട്ടീഷ്കാർ ഉല്ലാസത്തിനു വേണ്ടിയാണ് പാക്കത്ത് ഒരു ഒഴിവുകാല വസതി പണിതത്.പാക്കം സ്രാമ്പി. പാക്കം കാട്ടിലിന്നത് തലയെടുപ്പോടെ നിൽക്കുന്നു. സ്രാമ്പിക്ക് മുകളിൽ ഓടുമേഞ്ഞിരിക്കുന്നു. വലിയ തേക്കുമരത്തിന്റെ നാലുഭാഗവും കീറിക്കളഞ്ഞ് ഏച്ചുകെട്ടില്ലാത്ത വലിയ പതിനാറ് തൂണുകളിൽ തീർത്ത ഈ ബംഗ്ളാവ് രണ്ടുനിലയാണ്. അപ്സ്റ്റയറ് മുഴുവൻ ചില്ലായിരുന്നുവെന്നും, യൂറോപ്യൻ ക്ളോസറ്റടക്കമുള്ള ആധുനികസജ്ജീകരണങ്ങളെല്ലാം ഇതിനുള്ളിലുണ്ടായിരുന്നുവെന്നും,പാക്കംകാർ പറയുന്നു.

പാക്കം സ്രാമ്പി

പക്ഷെ അതൊക്കെ തകർന്ന് പോയിരിക്കുന്നു.

ചുറ്റും വെട്ടിപ്പോയ ചന്ദനകുറ്റികളിൽ നിന്ന് ചന്ദനമരങ്ങൾ വളർന്നു പൊങ്ങുന്നുണ്ട്. സ്രാമ്പിക്കു ചുറ്റും ഏപ്രിൽ മെയ്മാസങ്ങളിൽ അപൂർവ്വ ഇനം പൂക്കളുണ്ടാകുന്ന പലതരം മരങ്ങൾ ബ്രിട്ടീഷ്കാർ വച്ചുപിടിപ്പിച്ചതും കാണാം. ഇന്ന് അനാഥമായിക്കിടക്കുന്ന സ്രാമ്പിയെ സംരക്ഷിക്കാൻ ആരും വരാത്തത് എന്തുകൊണ്ടന്ന് മൂപ്പനറിയില്ല. ഞാവൽ, മീൻകാര, മലങ്കളരി,കടമ്പ്, കൽക്കുറ്റി, തുടങ്ങിയ മരങ്ങളും മൈതാനത്തിനു ചുറ്റുമുണ്ട്. കുറച്ചപ്പുറെ കാട്ടിനുള്ളിൽ കാടുകേറി മൂടിക്കിടക്കുന്ന രണ്ടു കെട്ടിടങ്ങൾ കൂടിയുണ്ട്. ചെറുപ്പത്തിലെ അതിനുള്ളിൽ കളിച്ചതും കിടന്നുറങ്ങിയതുമെല്ലാം മൂപ്പൻ പറഞ്ഞു.

താഴെ കബനിക്കരയിൽ ബ്രിട്ടീഷുകാർ മീൻപിടിച്ചിരുന്ന വലിയ കുളവും കാണാം.

പഴശ്ശീടെ മരണശേഷം 1812-ൽ കമ്പനിപ്പട്ടാളത്തിന്റെ നികുതി നയത്തിൽ പ്രതിഷേധിച്ചാണ് കുറുമരും, കുറിച്ചരും വീണ്ടും അമ്പും വില്ലുമെടുത്തത്. ഈ പ്രതിഷേധം ബ്രിട്ടീഷുകാർ വീണ്ടും അടിച്ചൊതുക്കി,പാക്കം ഉൾപ്പെടെയുള്ള പ്രദേശങ്ങൾ അഗ്നിക്കിരയാക്കിയെന്നും മലബാർ മാന്വൽ പറയുന്നു.

പാക്കത്തെയ്യത്തോട് ഞായം ചോദിക്കുന്നു

മൂപ്പൻ പറഞ്ഞു. ഇതിലെ കാട്ടിക്കൂടെ പോയാല് പാക്കംകോട്ടക്ഷേത്രത്തിലേക്കെത്താം. പക്ഷെ കാടാണ്,ആനയും പുലിയുമൊക്കെയുണ്ടാകും വഴീല്. പണ്ട് എങ്ങടെ പിൻമുറക്കാരാണ് ക്ഷേത്രം പണിതത്. സ്വർണ്ണത്തിന്റെ വലിയ താഴികക്കുടമൊക്കെയുണ്ടായിരുന്നൂന്ന് കേട്ടിട്ടുണ്ട്. ടിപ്പു സ്വർണ്ണമെടുക്കാൻ അതൊക്കെ പൊളിച്ചോണ്ടുപോയി. വെള്ളിച്ചെട്ടിനെയായിരുന്നു ഒരുകാലത്ത് നോട്ടം ഏൽപ്പിച്ചിരുന്നത്. അയാള് പാക്കംവയലും ക്ഷേത്രവുമൊക്കെവിറ്റ് നശിപ്പിച്ചു. ഇപ്പം എല്ലാം നശിച്ചുകിടപ്പാണ്. ചെറിയമലമൂപ്പനും, കുമാരനൊക്കെയാണ് ഇപ്പം അയിന്റെ നോട്ടക്കാർ. കുറുമർ അന്നും ഇന്നും വലിയ സത്യസന്ധരാണ്. നാങ്ങക്ക് ജീവിക്കാൻ വലിയ ആർത്തിയൊന്നുമില്ല. ഇപ്പോഴും ചിലപുരേലൊക്കെ ഓലയെഴുത്തുകളൊക്കെ ഇരിപ്പുണ്ട്.

കുറുവയുടെ കൈവഴികൾ-ഐതിഹ്യം

കുറുവാദ്വീപിന് താഴെ ചേകാടിയിൽ പുഴക്ക് പതിനെട്ട് കൈവഴികളുണ്ട്. കുറുമർ പറയും ബാണാസുര യുദ്ധകാലത്താണ് അതുണ്ടായ

കുറുവാ ദ്വീപ്

തെന്ന്. യുദ്ധത്തില് കൃഷ്ണന്റെ മകൻ അനിരുദ്ധനെ ബാണാസുരൻ പിടിച്ചോണ്ട് പോയപ്പോൾ,അവനെ മോചിപ്പിക്കാൻ കുറുവയുടെ തീരത്ത് ദേവഗണങ്ങളുമായി ഘോരയുദ്ധമുണ്ടായി. അസുരസൈന്യവും ദേവസൈന്യവും അന്ന് പുഴക്ക് അക്കരെയിക്കരെനിന്നു. ആ സമയം ശിവന് ദാഹിച്ചപ്പോൾ മുട്ടുകുത്തിനിന്ന് കുറുവേന്ന് വെള്ളം നക്കികുടിച്ചു. പിന്നെ എഴുന്നേറ്റ് മീശ തുടച്ച് കുടഞ്ഞപ്പോഴാണ്പോലും ജലം ചിതറി ചേകാടിക്ക് താഴെ പുഴക്ക് പതിനെട്ട് കൈവഴികളുണ്ടായതെന്ന് ഐതിഹ്യം.

ഈ കഥ പറഞ്ഞശേഷം മൂപ്പൻ തുടർന്നു.....

അതോണ്ട് നാങ്ങപുഴേന്ന് മുട്ടുകുത്തി വെള്ളം കുടിക്കുകയോ, കൈ കഴുകുകയോ, കുടയുകയോ ഒന്നും ചെയ്യൂലാ. കുറുവാ ജലം എങ്ങടി പുണ്യജലാണ്. കൈവെള്ളയിലേ ജലമെടുത്ത് കുടിക്കാറുള്ളൂ. അത്ര ആത്മ ബന്ധമാണ് നാങ്ങക്ക് പുഴയുമായി..ബണാസുരൻ അന്ന് തൊടുത്ത അമ്പ്കല്ല് ഇന്നും പുഴയുടെ അക്കരയും ഇക്കരയുമായി കിടപ്പുണ്ട്. അതോണ്ടാണ് അവിടെ അമ്പുകുത്തിയായത്. കുറുവക്ക് അക്കരെ കൊലക്കടവ് എന്നൊരു സ്ഥലംകൂടിയുണ്ട്; അവിടെവച്ചാണ് പണ്ട് നായന്മാർ എങ്ങടെ ഗർഭിണിയായ ഒരുസ്ത്രീയെ കൊലപ്പെടുത്തിയത്. ഓടി ഇക്കരെ കേറാനുള്ള അവസരം പോലും അവരുക്കന്ന് അവിച്ച

കൊടുത്തില്ല. നാങ്ങ അതുകൊണ്ട് ഇന്നും അക്കരക്ക് പോകാറില്ല. അവറ്റാളാണ് കുറുമരുടെ പിന്നോക്കാവസ്ഥക്ക് കാരണം. എങ്ങടെ കാർന്നോന്മാരെ കൊണ്ടോയി അവിച്ച അടിമകളെപ്പോലെ പണിയെടുപ്പിച്ചു. അവരുടെ വയലുകളിലും കമ്പനിക്കാരുടെ തോട്ടത്തിലുമൊക്കെ പട്ടിണികിടന്ന് കുറെപ്പേര് ചത്തിട്ടുണ്ട്. അന്ന് മലേറിയ ബാധിച്ചാണ് എങ്ങടെ ആളുകളൊക്കെ ഒട്ടുമുക്കാലും ചത്തത്.

കാഴ്ച

പാക്കത്തുകാരുടെ കുറുവദ്വീപ്

പാക്കത്തെ തിരുമുഖത്ത് കോളനികേറി കാട്ടിലൂടെ രണ്ടു കിലോമീറ്റർ നടന്നാൽ പാക്കംകോട്ട ക്ഷേത്രം വഴി കുറുവാ ദ്വീപിലെത്താം.

വയനാട്ടിലേക്ക് പ്രകൃതിയെ അറിയാൻ വരുന്നവരുടെ പറുദീസയാണ് കുറുവയുടെ കരകൾ.

ഋതുക്കളുടെ വകഭേദങ്ങളില്ലാതെ മകരക്കുളിരിന്റെ സുഖാനുഭൂതി എന്നും ശരീരത്തെ പുതപ്പിക്കുന്ന അപൂർവ്വ ഇടമാണ് കുറുവാദ്വീപിന്റെ ഈ ജൈവക്കലവറ.

എണ്ണിയാലൊടുങ്ങാത്ത വൃക്ഷലതാദികൾപൊഴിക്കുന്ന നനുത്ത സുഖക്കാറ്റുകൊണ്ട് കറങ്ങിനടക്കാം. കബനിപിളർന്ന് അറുപത്തിനാലു ഖണ്ഡങ്ങളായി കിഴക്കിനെ നോക്കി കുതിക്കുന്നത് കൺകുളുർക്കെ കണ്ടു നിൽക്കാം. അപൂർവ്വ ഇനം പക്ഷിജാല വൈവിധ്യങ്ങളുടെയും, ഓർക്കിഡുകളുടേയും,പല വർണ്ണങ്ങളുള്ള ചിത്രശലഭങ്ങളുടേയും കാണാക്കാഴ്ചകൾ നെഞ്ചിലേറ്റാം. ജൈവവൈവിധ്യങ്ങളുടെ നൂറായിരം ഭേദങ്ങൾ നമ്മിലുണർത്തുന്ന കെട്ടുകാഴ്ചകൾകണ്ട് മതിവരാതെ വ്രണിത ഹൃദയരായിട്ടാവും നാം കുറുവയോടു വിടപറയേണ്ടിവരുക.

കുറുവ എന്നാൽ ഈറ്റക്കാടുകളുടെ ശേഖരമുള്ളകാട് എന്നാണ് കന്നഡത്തിൽ പറയുക.അതുകാണാൻ ദ്വീപുകൾ കടന്ന് പിന്നെയും കിഴക്കോട്ട്ചെല്ലണം. ആനയും പുലിയും, കാട്ടുപോത്തുകളും സൈ്വരവിഹാരം നടത്തുന്ന ഭാഗത്തേക്ക് സഞ്ചാരികൾക്ക് പോകാനാവൂല്ല. മനുഷ്യശരീരത്തിലെ ഞരമ്പുകൾപോലെ പുഴയുടെ ശരീരം 64ചെറുദ്വീപുകളാക്കി കുറുവയെ അപൂർവ്വജൈവമണ്ഡലമാക്കി കാത്തുസൂക്ഷിക്കുകയാണ് പ്രകൃതിയിവിടെ. വേനലായാൽ വെള്ളത്തിലിറങ്ങിക്കേറി ദ്വീപുകൾകാണാം. പക്ഷെ 950 ഏക്കറുകളിലായിവ്യാപിച്ചു കിടക്കുന്ന ദ്വീപുകൾ മുഴുവൻ കാണാൻ ദിവസങ്ങൾ പിടിക്കുമെന്നതുകൊണ്ടും, മറ്റ് അപ

ര്യാപ്തതകൾ കൊണ്ടും സഞ്ചാരികൾ മൂന്നോ,നാലോ മണിക്കൂറുകൾതങ്ങി തിരിച്ചുപോകുന്നു.

കുറുവയിലേക്കുള്ള വഴി കാട്ടുകല്ലുകളുടെ സമൃദ്ധിയാൽ അല്പം ഉടൽ കുലുക്കം ഉണ്ടാക്കിയേക്കാം. എങ്കിലും,വഴിക്ക് കാട്ടിലെ മുറുക്കാൻ കടയിൽ നിന്ന് മുറുക്കാനോ, ബീഡിയോ വാങ്ങി ആവശ്യമെങ്കിൽ അല്പം വിശ്രമിക്കാം. വേണമെങ്കിൽ ഇല്ലിയരി പേറ്റിക്കിഴിച്ചത് വാങ്ങാനും കിട്ടും..

മുളവാരിയിൽ തീർത്ത ടിക്കറ്റ് കൗണ്ടറും,ചളിമൺ വഴികളും സന്ദർശകരെ കുട്ടിക്കാലത്തിന്റെ മിടുപ്പുകളിലേക്ക് കൊണ്ടുപോകും. അകലെ പുഴതീരത്തെ മുളങ്കൂട്ടത്തിനു മുകളിലെ ഏറുമാടപ്പുര ദൂരെനിന്നേ കാണാം. അതിന്റെ പച്ചപ്പ കോവണികളിലൂടെ ചിലർ കയറുന്നതും കണ്ടുനിൽക്കാം.

പലനിറം കൊങ്ങിണിപ്പുഷ്പങ്ങൾ ധാരാളമായി നിന്ന് ചിരിക്കുന്ന മണ്ണിടവഴികളിലൂടെ ചേകാടി വഴി നടന്ന് ആനത്താര മുറിച്ച് പുഴതീരത്തുകൂടെയും കുറുവയിലെത്താം. ഉച്ചിയാൻ പക്ഷികളുടെ നീണ്ടകൂവലുകളും, മുളങ്കൂട്ടങ്ങളുടെ മൃദംഗനാദങ്ങളും കേട്ട് മനം മയങ്ങുന്ന ഇടവഴികളാണിത്. പക്ഷെ ഇത് സഞ്ചാരികൾക്കുള്ളതല്ല. അവർക്ക് മാനന്തവാടി വഴിയാണ് മറ്റൊരുവഴിയുള്ളത്. കുറുക്കൻമൂല കൂടി അക്കരെ ഡി.റ്റി.പി.സിയുടെ പ്രവേശനകവാടത്തിലെത്തി പത്തുരൂപാ ടിക്കറ്റെടുത്താൽ ചെറുതുഴ വഞ്ചിയിൽ കുറുവയിലേക്ക് കടത്തും. പുൽപ്പള്ളിഭാഗത്തുനിന്നുള്ള വനംവകുപ്പിന്റെ പ്രവേശന കവാടത്തിലൂടെ മുളച്ചങ്ങാടങ്ങളിലാണ് ആളുകളെ ദ്വീപിലേക്ക് കടത്തുക. പാക്കത്തും ചെറിയമലയിലുമുള്ള140 കുറുമ കുടുംബങ്ങളുടെ സൊസൈറ്റിയാണ് വനം വകുപ്പിന്റെ നേതൃത്വത്തിൽ ഇത് നടത്തുക.

മീനം മേടമായാൽ ചങ്ങാടക്കടവിൽ ചുവന്ന പനച്ചിപ്പഴങ്ങൾ നിറയെ വീണുകിടക്കുന്നതു കാണാം. കൂവലം പക്ഷികളാണ് ഇതുകൊത്തിയിടുക. പുളിയാണതിന്. മീൻകാരമരത്തിന്റെ ചുവന്നു പഴുത്ത കായകളും ധാരാളം വീണുകിടക്കും. ഇത് ഇടിച്ച്പൊടിച്ച് പുഴയിൽ കലക്കിയാണ് കുറുമ്മർ പണ്ട് മീൻപിടിച്ചിരുന്നത്. വിഷമല്ലാത്തതുകൊണ്ട് മീനുകൾ ചാകുല്ല. വലിയ മീനുകൾ മയങ്ങി വെള്ളത്തിനു മുകളിൽ തലപൊന്തിച്ചുവരും, അപ്പോളാണ് വെട്ടിപ്പിടിക്കുക. പുഴയുടെ ഇരുകരകളിലും പുഴയെ വണങ്ങി കുമ്പിട്ടുനിൽക്കുന്ന ഇരുമ്പകവും, ഉങ്ങും ആറ്റുവഞ്ചിയും മറ്റനേകം ചെറുമരങ്ങളും കൗതുക കാഴ്ചയായി നമ്മെ ആനന്ദിപ്പിക്കും. മുളചങ്ങാടം കബനിയുടെ നെഞ്ചുകീറി ദ്വീപിലേക്ക് പ്രവേശിക്കുമ്പോൾ മീൻകൊത്തി പുള്ളുകൾ വട്ടമിട്ട് പറന്ന് മീൻ നോക്കുന്നതു

കാണാം. പിന്നീട് ഈറ്റപ്പാലത്തിലൂടെ കുറുവയുടെ ജൈവസമൃദ്ധിയിലേക്കുള്ള കടന്നുകയറ്റമാണ്. അവിടെ മുളകൊണ്ട് തീർത്ത വട്ടത്തിലുള്ള ഇരിപ്പിടങ്ങളുണ്ട്. അവിടെയിരുന്ന് കഥപറയുകയോ,കിന്നാരംചൊല്ലുകയോ ആവാം ആണിനും, പെണ്ണിനും.. മഴക്കാലമായാൽ പുഴവണ്ണം വച്ച് ചീർക്കും. പിന്നീട് കബനി മെലിയുമ്പോഴാണ് ദ്വീപുകളുടെ സൗന്ദര്യം നുകരാൻ സഞ്ചാരികൾ കൂടുതലുമെത്തുക. അന്നേരം ലാവണ്യവതിയായ കബനി പൊന്നരഞ്ഞാണം പോലെ വളഞ്ഞ് പുളഞ്ഞ് ദ്വീപിനെ സുന്ദരിയാക്കി കിടത്തും. ആ സമയത്താണ് സഞ്ചാരികളെ ഇറക്കിയ വാഹനങ്ങളുടെ കാത്തുകിടപ്പ് കുറുവയുടെ കവാടങ്ങളിൽ കാണുക.

മണ്ണ് താഴ്ത്തിപൊന്തിയ ഉങ്ങുമരത്തിന്റെ വേരുകളിലൂടെ കാലുരച്ച് കുറുവയുടെ വടക്കേ അതിരിലേക്ക് നീങ്ങിയാൽ നിറയെ പൊങ്ങിനിൽക്കുന്ന പാറക്കെട്ടുകളാണ്, അവയിൽ തലതല്ലിച്ചിതറുന്ന പുഴയുടെ ഒച്ചകേൾക്കാം, അനേകം പൊന്തകളും ഓർക്കിഡുകളും തലയാട്ടുന്നതുകാണാം. അവിടെയാണ് വിവിധയിനം പക്ഷിജാലങ്ങളുടേയും ചേക്കയിടങ്ങൾ. ചെറുതുരുത്തുകളിൽ ഭൂരിഭാഗവും മുകളിലേക്കാണ്. അതിനും മുകളിലാണ് കബനിയെ പിളർത്തി പുഴ കുറുവദ്വീപുകളാവുന്നത്. ഇവിടെയാണ് പഴശ്ശിയും,കമ്പനിപ്പട്ടാളവുംമൊക്കെ അരയോളം വെള്ളത്തിൽ ഇറങ്ങി നടന്നും, നീന്തിയും കടന്ന കടവ്. ചെമ്പ്രക്കുന്നിലേയും, ബാണാസുരൻ മലയിലേയും പേര്യാ ക്കുന്നിലേയും ഒലിപ്പുകൾ കബനിയായി മാറുന്ന കൂടൽക്കടവും ഇവിടെയാണ്.

ഇനി മരങ്ങൾക്കിടവഴി താഴോട്ടുപോയാൽ നട്ടുച്ചയിൽപോലും ശരീരത്തെ തണുപ്പിക്കുന്ന സ്പർശം അനുഭവിച്ചറിയാം. മരങ്ങളുടെ വേരുകള് പാമ്പുകളെപ്പോലെ പുളഞ്ഞുകിടക്കുന്ന മണ്ണിടവഴികൾ കാണാം. പുഴയിലേക്ക് വേരുകളിറക്കി മറിയാതെ നിൽക്കുന്ന കൂറ്റൻ മാവും ആഞ്ഞിലിയും കാഴ്ച്ചകളെ അത്ഭുതപ്പെടുത്തും. അനേകം ചെറുമരങ്ങൾ വെള്ളത്തിലേക്ക് ചാഞ്ഞും മറിഞ്ഞും കിടന്ന് ചീഞ്ഞജൈവഗന്ധം പരത്തുന്നസ്ഥലികൾ.നടക്കുമ്പോൾ നൂറായിരം പച്ചയിലകൾ വിസർജ്ജിക്കുന്ന ജൈവഗന്ധം മൂക്കിനെ വിടർത്തും.

അപൂർവ്വ ഇനം പച്ച മരുന്നുകളുടെ വൻശേഖരമാണ് കുറുവയിലുള്ളതെന്ന് ഗവേഷകർ കണ്ടെത്തിയിട്ടുണ്ട്. വഴിയിൽ തുരുതുരാ കുഞ്ഞുങ്ങളുമായി ആകാശപ്പോക്കത്തിൽ നിൽക്കുന്ന ഭീമൻ പൈൻമരത്തെ കാറ്റു കുലുക്കുന്നതു കണ്ടാൽ പേടിയാകും. ചിലസ്ഥലങ്ങളിൽ ജലത്തിന്റെ കൈവഴികൾ മുറിച്ച് സഞ്ചാരികൾ നീങ്ങുന്നതു കാണാം. വഴി

കളില് പുഴമുഞ്ഞപ്പഴം കൊത്തിപ്പറിക്കുന്ന കാറൽ പക്ഷികളെയും, ഞാവൽപ്പഴങ്ങള് പറിച്ചു തിന്നുന്ന കുരങ്ങുകൂട്ടങ്ങളെയും കാണാം. കുരങ്ങുകൾ ചിലപ്പോൾ ഫോട്ടോക്ക് പോസുചെയ്യാനായി ഓടിയെത്താറുണ്ട്. ഇവിടെ കൈവീശിയെത്തുന്ന സന്ദർശകർ കുരങ്ങുകളെ ആകർഷിക്കുന്നില്ല. ഇവിടെ പ്ളാസ്റ്റിക് നിരോധനവും,ഭക്ഷ്യസാധനങ്ങളുടെ അഭാവവും, സഞ്ചാരികളേയും ജീവികളേയും ഒരുപോലെ നിരാശരാക്കുന്നു. കൈകുത്തി പുഴയിലേക്ക് ചാഞ്ഞു നിൽക്കുന്ന ഉണക്കമരത്തിൽ രണ്ടു ചെറുവാലൻ പക്ഷികൾ കൊക്കുരുമ്മുന്നു. നീലത്തൂവലുകളുള്ള അവയുടെ തലയിൽ ചെറിയപൂവ് മനോഹരമായിരുന്നു..

വേരുകൾക്കിടയിൽ ചുരുട്ടപാമ്പുകൾ പുളക്കുന്ന പുഴതീരത്തുകൂടെ വീണ്ടും താഴത്തേക്ക് പോയാലാണ് ചീങ്കണ്ണികൾ തീരത്ത് കാറ്റുകൊണ്ടുകിടക്കുന്നത് കാണുക. ആളുകൾ തങ്ങളുടെ ആവാസസ്ഥലികൾ തേടി വരും തോറും അവകൾ വീണ്ടുംവീണ്ടും താഴത്തേക്ക് പൊയ്ക്കൊണ്ടിരിക്കുകയാണ് ..നൂറുകണക്കിന് ഓർക്കിഡുകൾ വിരിഞ്ഞു നിൽക്കുന്നതും,അതുതേടി ശലഭങ്ങൾ പറക്കുന്നതും ആരെയും രസിപ്പിക്കുന്ന കാഴ്ചയാണ്. താഴെഭാഗത്ത് പാറക്കൂട്ടങ്ങൾക്കിടയിലൂടെ നടന്ന് വെള്ളത്തിലറങ്ങി മുങ്ങുന്ന മുതിർന്നവരേയും,കൊച്ചുകുട്ടികളേയും പുഴയിലേക്ക് ചരിഞ്ഞ കോളിമരത്തിന്റെ കൊമ്പിലിരുന്നാൽ കണ്ടു രസിക്കാം. എത്ര ഭയമില്ലാതെയാണ് വയസ്സത്തിപെണ്ണുങ്ങൾ വരെ തെന്നുന്നപാറയിലൂടെ നടന്ന് വെള്ളത്തിലിറങ്ങി മുങ്ങുന്നത്. അവർ ചെറുപ്പം തിരിച്ചുപിടിച്ചു വെന്നുതോന്നും നടപ്പുകണ്ടാൽ. പ്രകൃതിയെ പുതിയകാലം പിടിച്ചു തിന്നുമ്പോൾ അവതേടി വരുന്നവരുടെ സ്വർഗ്ഗമാണ് കുറുവദ്വീപുകൾ. അല്പം ശാന്തി,അല്പം സ്വസ്തത. അതു പ്രായത്തേയും കുറക്കുമെന്ന് ഇവിടെ വന്നാൽ അനുഭവിച്ചറിയാം.

പാറയിലെ വഴുക്കലുകൾ പലപ്പോഴും അപകടം വരുത്താറുണ്ട്. ചിലപ്പോഴൊക്കെ കുട്ടികൾ മുങ്ങിമരിക്കാറുമുണ്ട്. നമ്മൾ സൂക്ഷിക്കാതാവും പലപ്പോഴും മറ്റുള്ളവരോട് സൂക്ഷിച്ച്...സൂക്ഷിച്ച് എന്ന് പറയുക. ഇങ്ങനെ പറഞ്ഞ് ഒച്ചയിടുന്നവരേയും ധാരാളം കാണാം. ചിലർ വളരെ നിശബ്ദമായും ഹൃദ്യമായും ദ്വീപിനെ ആസ്വദിച്ച് നീങ്ങുമ്പോഴാകും അവരുടെ നിശബ്ദതകൾക്കു മുകളിലൂടെ മറ്റുള്ളവരുടെ ഒച്ചകൾ പെരുകുന്നത്. അതുചിലപ്പോൾ അലോസരമുണ്ടാക്കാം, എങ്കിലും അത് രസമാണ്..

അങ്ങനെ,വർത്തമാനകാലത്തിൽ ബാല്യം തിരിച്ചുപിടിക്കാനെത്തുന്നവരുടെ ഇന്ദ്രിയസുഖത്തിന്റെ ബലഹീനതയാണ് ദ്വീപു മുഴുവൻ.

ഇങ്ങനെ നഷ്ടപ്പെടുന്ന പൈതൃകവും, ഓർമ്മകളും തേടി യെത്തുന്നവ രേയും,വേഗതയിൽ നിന്നുള്ള ജീവിതത്തിന്റെ പിരിമുറുക്കം കുടഞ്ഞുകളയാൻ വെമ്പുന്നവരേയും കാത്ത് സദാ അണിഞ്ഞൊരുങ്ങി നിൽപ്പാണ് പാക്കംകാരുടെ കുറുവ.

കാടിന്റെ നന്മ മൂപ്പന്റെ ഓർമ്മ

കാലത്തിനൊപ്പം കുത്തിയൊഴുകിപ്പോയ കുലപ്പെരുമകളും,സംസ്കൃതിയുമോർത്ത് നെടുവീർപ്പെടുന്ന പലരേയും കാണാം, അത് ഒരു നാട് ഭരിച്ച ജനതയുടേതാകുമ്പോൾ ആ ഓർമ്മകൾക്ക് ആഴവുമേറും.. ആനയും അമ്പാരിയും പരിവാരങ്ങളുമില്ലാത്ത ഒരുരാജാവിന്റെ (പെരുന്നോൻ) ഓർമ്മകളാണ് 'കാപ്പിമൂപ്പന്റെ കാടനുഭവങ്ങൾ.' കോട്ടയം രാജാക്കന്മാരുടെ കടന്നുവരവിന് മുമ്പ് വയനാട് ഭരിച്ചിരുന്ന വേടരാജാക്കന്മാരുടെ പിന്മുറക്കാരനായ കാപ്പിമൂപ്പന്റ ഓർമ്മകളാണ് ജോസ് പാഴൂക്കാരൻ രചിച്ച ഈ പുസ്തകം. കിരീടവും ചെങ്കോലുമില്ലാതെ മുറുക്കാൻ ചെല്ലവും കോളാമ്പിയും മാത്രമുള്ള കാപ്പിമൂപ്പൻ എന്ന തൊണ്ണൂറുകാരന്റെ ഓർമ്മയിൽനിന്ന് ചികഞ്ഞെടുത്ത് ചരിത്രം വഴിമാറാതെ പകർത്തിയ ഗോത്രസംസ്കാരം. ആദിവാസി വിഭാഗമായ കുറുമ വിഭാഗത്തിന്റെ അന്യം വന്നുപോകുന്ന പാരമ്പര്യവും, ജീവിത രീതികളും തെളിച്ചെടുക്കുന്ന പഠനമാണ് ഈ പുസ്തകം. അറ്റുപോകുന്ന ഒരു വംശത്തിന്റെ നിലനിൽപ്പും, ജീവിത രീതികളും എങ്ങനെയായിരുന്നുവെന്നും അത് ചരിത്രത്തിലേക്ക് തന്നെ ഊളിയിട്ടുമണ് ഈ പഠനഗ്രന്ഥം മുന്നോട്ട്പോകുന്നത്. ജൈവവൈവിധ്യങ്ങളുടെ കലവറയായ കുറുവാദ്വീപിനു ചുറ്റുമുള്ള കുറുമ ആദിവാസികളുടെ നഷ്ടപ്രതാപത്തിന്റെ ഓർമ്മകളും അതിന്റെ വിങ്ങലുകളും വായനക്കാരന്റെ ഹൃദയത്തിലേക്ക് ആഴ്ന്നിറങ്ങും വായനയിൽ. ദ്വീപ് ദിനംപ്രതി സഞ്ചാരികളുടെ മനംകവർന്ന് പ്രശസ്തി ആർജിക്കുമ്പോഴും തങ്ങളുടെ ഉച്ചാൽ നായാട്ടും ചാലിയും പോലുള്ള ആചാരങ്ങൾ നിഷേധിക്കപ്പെട്ട വേദനകൾ ഉള്ളിലൊതുക്കിയാണ് ഈ സമുദായം അതിനു ചുറ്റും ജീവിക്കുന്നത്. അത് അവിടെയെത്തുന്ന വിനോദസഞ്ചാരികൾ അറിയാതെ പോകുന്നതും സത്യം.

കുറുവാദ്വീപിന് നടുവിലൂടെ ഒഴുകി നടക്കുന്ന ചങ്ങാടത്തിലിരുന്ന് കൺകുളിർക്കെ കാഴ്ചകൾ കണ്ട് മടങ്ങുന്നവർ അറിയാതെ പോകുന്ന ഒന്നുണ്ട് ആ ജലം ചാലിനേർച്ചക്കുംമറ്റും കുറുമർ ഉപയോഗിക്കുന്ന വിശുദ്ധജലമാണന്ന്. ഇതിന്റെ പ്രത്യേകതയും, കുറുവയുമായുള്ള ഈ മനുഷ്യരുടെ ആഴമേറിയ ബന്ധവുമെല്ലാം വിശദമായി കാപ്പിമൂപ്പന്റെ കാടനുഭവങ്ങളിലൂടെ പരമാർശിക്കുന്നു.

ചരിത്രവും, ഐതിഹ്യവും ഇഴചേർത്ത് രചിച്ച ഈ പുസ്തക

ത്തിൽ പഴശ്ശിരാജാവിന്റെ ഒളിപ്പോരാട്ടങ്ങളിൽ കുറുമർ നൽകിയ സഹായങ്ങളെക്കുറിച്ചും വിവരിക്കുന്നുണ്ട്.

കാലമേറെ കഴിഞ്ഞപ്പോൾ കുറുമർക്ക് ഒരു രാജാവ് ഉണ്ടായി അവർ അദ്ദേഹത്തെ മൂപ്പൻ (പോരുന്നൻ) എന്നുവിളിച്ചു. ഇങ്ങനെ വയനാട്ടിൽ പലസ്ഥലത്ത് ഈ വിഭാഗത്തിന് അവരവരുടെ മൂപ്പന്മാരുണ്ട്.

കാടിന്റെ മക്കളായി ജീവിക്കുമ്പോഴും അന്യമായിപ്പോകുന്ന കുലപ്പെരുമയുടെ ആഴത്തിലേക്ക് ഓർമ്മകളെ ചിക്കിയെടുക്കുന്ന കാപ്പിമൂപ്പന് ഇന്നും ഉച്ചാലും ചാലിയും കല്ല്യാണനായാട്ടുമെല്ലാം ഒഴിച്ചുകൂടാനാവാത്ത ഗോത്രാനുഷ്ഠാനങ്ങളാണ്.

പാക്കത്തെയ്യത്തിന്റെ വരവായ ഉച്ചാൽ ഇന്നും കുറുമർക്ക് ഒഴിച്ചുകൂടാനാവാത്തതാണ്... അതിന്റെ ആചാരരീതികളെല്ലാം വായനക്കാരന് ഏറെ കൗതുകം നൽകും. കുറുവാപ്പുഴക്ക് കീഴെ ചാലികെട്ടിയതും ഉച്ചാലിന്റെ നായാട്ട് നിഷേധിച്ചതുമെല്ലാം കാടിന്റെ മക്കളുടെ നോവായി മൂപ്പൻ ഉള്ളിലൊതുക്കുന്നു.

രാജാവിനെ വാഴിക്കുന്ന പതിമൂന്ന്കെട്ട് കല്ല്യാണത്തിന്റ പ്രത്യേകതകളും അതിന്റെ നായാട്ട് വിശേഷങ്ങളുമൊക്കെ ഉപേക്ഷിക്കാനാവാത്ത ഒരുതലമുറ ഇവിടെയുള്ളത് പുതുതലമുറക്ക് പുത്തനറിവാണ്. കൂടാതെ മുളങ്കാടുകളുടെ പെരുമയും ആനപിടുത്തവും കണ്ട്, പരിചിതമായ മയിലും മാനും,പന്നിയും,കാട്ടട്ടയുമെല്ലാം മൂപ്പൻ നടന്നു നീങ്ങിയ കാടിന്റെ ഓർമ്മകളായി ഇവിടെ മാറുന്നു.

വേടരാജാക്കന്മാരുടെ ചരിത്രമുറങ്ങുന്ന പാക്കം കോട്ടയും ബ്രിട്ടീഷ് സ്രാമ്പിയും, കുറുവാദ്വീപുമെല്ലാം മികവുറ്റ വിവരണങ്ങളായി ഈപുസ്തകത്തിൽ ഇടം പിടിച്ചിരിക്കുന്നു. അന്യം നിന്നുപോകുന്ന ആദിവാസികളുടെ ആചാരവും,വയനാടൻ കാടുകളുടെ നന്മയുമറിയാൻ കാപ്പിമൂപ്പന്റെ കാടനുഭവങ്ങൾ ഉപകരിക്കും.

എ. പി. സജീഷ
ദേശാഭിമാനി വരാന്തപ്പതിപ്പ്

അനുബന്ധം: ശാസ്ത്ര നാമങ്ങൾ

വെള്ളിലവള്ളി-musandaFrontosa

പുത്തിരിച്ചുണ്ട-Solanum indicum

മത്തൻ-Cucurbita maxima

കാട്ടുചേന-Amorpho phallus dubius

മുള-Bamboosa arundinesia Wild

കാട്ടുകൂൺ-Agaricus specius

കരിമുടിങ്ങ-Solanum americana

കൂവളം-Aegle marmelos

ചിനിക്കാവള്ളി-Acacia Sinuata

മുള്ളൻചീര-Amaranthus spinosa

ഞാവൽ-Zysigiumcumini

മേന്തോന്നി-Gloriosa supraba

കാട്ടുനീരൂരി-Phillantus reticulatus Pior

ചേര് മരം-Semicarpus anacardium Linn

ആനച്ചുവടി-Elephantapus scabar Linn

ഗരുഡക്കൊടി-Aristolocia indica Linn

ഉങ്ങ്- Pongamia pinnata

പപ്പായ-Carica pappaya Linn

കൂറമുള്ള്-Caesalpinia mimosoides Lank

ഇടംപിരി വലംപിരി-Helicteres isora

മണിത്തക്കാളി Solanum naigram

ചുരക്കായ-Lagenaria valgaris Ser

അണലിവേഗം-Pittosporumnilgeriensis

ജന്തുവർഗ്ഗങ്ങളുടെ ശാസ്ത്രനാമങ്ങൾ

ആന-Elaphas maximus

കാട്ട -Hirudi naria pramulaha

ഞണ്ട്- Caretal Phusa

മയിൽ-Pavocristatus

പുള്ളി മാൻ -Axis axis

കാട്ടുകാള- wild buffello-Bosguarus

കാട്ടുപന്നി--Susscrofa

കുളക്കോഴി- Amauromis phoenicurus

പെരുംമ്പാമ്പ്-Genus Python-

പച്ചത്തവള- Hoplobatrachus tigrinus

മുള്ളൻ പന്നി- Histrix indica

മലയണ്ണാൻ -Ratufa Indica

പുലി-panthera pardus

കാട്ടുകോഴി-Gallus sommeratil

കാട്ടാട്(കേഴമാൻ)-Muntjacus muntjak

നീലക്കോഴി - Gallus gallus

അമ്പും വില്ലുമായി മൂപ്പൻ

ഉച്ചാലിന് മൂപ്പൻ നെല്ലളക്കുന്നു

കോളനിക്കകത്തെ പനങ്കുറ്റി കേണി

മീൻ കൂട

മൂപ്പൻ ഉപയോഗിച്ചിരുന്ന വെറ്റിലച്ചെല്ലം

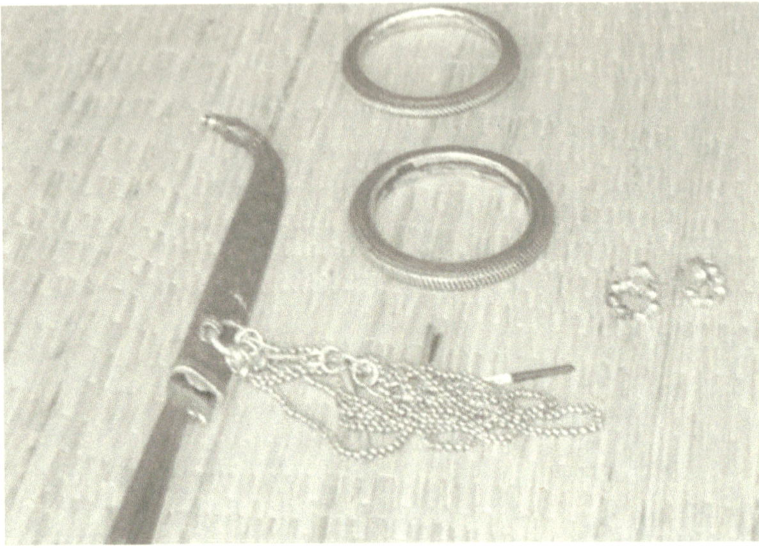

മൂപ്പൻ ഉപയോഗിച്ചിരുന്ന കത്തിയും വളകളും

കേഞ്ചൻ മൂപ്പൻ

www.ingramcontent.com/pod-product-compliance
Lightning Source LLC
LaVergne TN
LVHW060135051026
849517LV00007B/2476